ജനം 1 നര

CULTURAL SPOT

സയ്യിദ് സഹ്റാൻ

പുതു തലമുറ അല്ലെങ്കിൽ ഭാവി എന്ന വിശേഷണമുള്ള
പ്രിയ സുഹൃത്തുക്കൾക്ക്

ഉള്ളടക്കം

ആമുഖം	vii
മുഖവുര	ix
കടപ്പാട്	xi
അവതാരിക	xiii
1. പ്രിയ മകൻ	1
2. സ്വതന്ത്രൻ	4
3. ബാച്ചലർസ് റൂം	8
4. ആദ്യ സാലറി	11
5. പ്രമോഷൻ	15
6. സ്വപ്നം യാഥാർത്ഥ്യം	20
7. പ്രണയം	24
8. തിരിച്ചറിവ്	29
9. മാപ്പ്	34
10. മാംഗല്ല്യം	40
പ്രകത്ഭരുടെ വരികൾ	43

ആമുഖം

സർവ്വ ശക്തന്റെ നാമധേയത്തിൽ, മനുഷ്യന്റെ ജീവിതം മറ്റിതര ജീവികളിൽ നിന്നും തികച്ചും വത്യാസ്ഥമായതാണ്, മനുശ്യന്റെ ജീവിത രീതി ഒരു തലമുറയിൽ നിന്ന് മറ്റൊരു തലമുറയിലേക്ക് വത്യാസപ്പെടുന്നതും അതുകൊണ്ട് തന്നെയാണ്, എന്നാൽ മാനുശീക മനസ്സിൽ മാറ്റങ്ങളെ എളുപ്പം സമ്മതിക്കാൻ സാധിക്കുക അപ്രിയമാണ്, അത്തരത്തിലുള്ളവരെ അകറ്റി നിർത്തിയവരായ് മുദ്യ വെക്കപ്പെടുക സാധാരണവുമാണ്.

നിങ്ങളെ പോലെയാവാൻ (നിങ്ങളുദ്ധേശിക്കുന്നത് പോലെയാവാൻ) നിങ്ങളുടെ കുട്ടികളെ നിർബന്ധിക്കരുത്, തീർച്ചയായും അവർ നിങ്ങളുടെ കാലഘട്ടത്തിൽ നിന്ന് വ്യത്യസ്ഥമായ ഒരു കാലത്തിന്നായി സൃഷ്ടിക്കപ്പെട്ടവരാണ്.- അലിയ്യുബ്നി അബീ താലിബ്

നമ്മുടെ നാടുകളിൽ കണ്ടുവരുന്ന ഒരു രീതിയാണ്, മാതാ പിതാക്കൾ അവരുദ്ധേശിക്കുന്ന രീതിയിൽ തന്റെ കഴിവും സ്വാധീനവും ഉപയോഗപ്പെടുത്തി മക്കളിലും പേരമക്കളിലും പിന്മുറക്കാരെ സൃഷ്ടിക്കുക എന്നുള്ളത് അപ്രകാരം തന്നെ തനിക്ക് ചേരുന്ന മക്കൾ എന്ന വാ തോരാതെ പറഞ്ഞു നടക്കുന്ന നാട്ടു നടപ്പ്, എന്നാൽ ഇവിടെ മാതാ പിതാക്കളറിയുന്നില്ല, ഇവിടെ നഷ്ടപ്പെടുന്നത് ഒരു ജീവിതമാണ് ഒരു ലോകമാണ് എന്നുള്ള വസ്ഥുത.

ലോകരിൽ സ്വാധീനം ചെലുത്തിയ ചിന്തകരും ചിന്തകളും മുൻതലമുറയെ അന്തമായ് പിന്തുടരിൽ നിന്നുണ്ടാവുന്നതല്ല, മുൻകാല ജീവിതവും, ശാസ്ത്രവും പടിച്ചും ഉൾക്കൊണ്ടും ഉത്ഭവിച്ചതാണ്, കാലത്തിനനുയോജ്യമായ് സമൂഹത്തിന്നുപകാരപ്രധമായ് ഒരു കുട്ടി രൂപപ്പെടണമെങ്കിൽ അവരവരുടെ ചിന്തകളെയും

യാഥർത്ഥ്യത്തെയും മനസ്സിലാക്കാനും സ്വയം തെറ്റും ശരിയും മനസ്സിലാക്കാനുമുള്ള കഴിവ് രൂപപ്പെടേണ്ടതായുമുള്ളത് അത്യന്താപേക്ഷിതമാണ്.

ഓരോ രാവും സുര്യനുതിക്കുന്നത് പഴ വർഗ്ഗങ്ങൾക്ക് പുതിയ നാമ്പുകൾ പകരാനും വാടിയുണങ്ങിയതിന്ന് പുതു ജീവൻ പകരാനും പുതിയ പഴവർഗ്ഗങ്ങളെ സൃഷ്ടിക്കാനുമാണ്.ഓരോ യുവത്വത്തിനും, ഒരായിരം ആശംസകളോടൊപ്പം ഈ കൃതി വായനക്കാരുടെ ഉന്നമനത്തിന്ന് കാരണമായിത്തീരട്ടെ എന്ന പ്രാർത്ഥനയോടെ

സയ്യിദ് സഹ്രാൻ

മുഖവുര

പ്രായക്കൂടുതൽ പക്വതയ്ക്കു പകരം ഇളയവരെ ഉപദ്രവിക്കാനും ക്രൂഷിക്കാനുമായ് ഉപയോഗപ്പെടുത്തിയവരുടെ വിശമങ്ങളും യാതനകളും ശ്രവിച്ചതിനാൽ ഉത്ഭവിച്ചതാണ് ഈ നോവൽ.

കടപ്പാട്

പ്രത്യേകിച്ച് ആരോടുമില്ല, നന്ദിയുള്ളത് എല്ലാ ഗുരുനാഥന്മാരോടും

അവതാരിക

പലതും പഠിച്ചു, ഇപ്പോഴും പഠനത്തിലാണ് ജീവിതാവസാനം വരെ പഠനം തുടരാനാണ് ആഗ്രഹം, പഠനം ആരെയും വലുതാക്കില്ല, കരുണയും, സൽസ്വഭാവവും, സ്നേഹവും, വിശ്വസ്ഥതയും, താഴ്മയും, വിനയവും അറിവും, സഹനവും, ക്ഷമയും, ആരിലാണോ ഉള്ളത് അവൻ വലിയവൻ

1

പ്രിയ മകൻ

കുറേ കാലങ്ങളായുള്ള കെ ജീയും, യുപിയും, എൽപിയും, സെക്കൻ്ററിയും, ഹയർസെക്കൻ്ററിയും, ഡിഗ്രിയും, പിജിയുമായി, രാവിലെ മുതൽ വൈകുന്നേരം വരെ നീണ്ടു നിൽക്കുന്ന, പഠന കാലയളവ് എന്ന് വിളിക്കപ്പെടുന്നതായ കൗമാരവും യുവത്വവും സമ്മേളിച്ച ജീവിതത്തിൻ്റ പല തീരുമാനങ്ങളുടേയും ഹേതുവാവേണ്ടുന്ന, ജീവിതത്തേയും ചുറ്റുപാടുകളേയും മനസ്സിലാക്കുന്നതും അതിൻ്റെ വിലയും രുചിയും അറിയേണ്ടുന്നതുമായ, ചങ്ങാത്തങ്ങളുടേയും സന്തോഷങ്ങളുടേയും മുഹൂർത്തങ്ങളെ ഒതുക്കി നിർത്തി യുവത്വത്തിൻ്റെ പ്രസരിപ്പിൽ ഇരുപത്തി രണ്ട് കാരനായ അക്റം ഉമ്മയുടെയും ഉപ്പയുടെയും സ്വപ്ന സാക്ഷാത്കാരത്തിനായ് ദുബൈയിലേക്ക് പറക്കുകയാണ്, ഉമ്മയായ ഹഫ്സയുടെയും വാപ്പയായ സമീർ ഹാജിയുടെയും ഏക മകനാണ് അക്രം, തൻ്റെ മകനായ് മാത്രം ജീവിതം മാറ്റിവെച്ചവരായിരുന്നു അക്രമിൻ്റെ ഉമ്മയും വാപ്പയും, സാധിക്കുന്നതിൽ ഏറ്റവും വിലകൂടിയതായ വസ്ത്രങ്ങളും വാച്ചും, തൊപ്പിയുമൊക്കെയായിരുന്നു അക്രം ഉപയോഗിച്ചിരുന്നത്, എന്നാൽ വീട്ടിൽ നിന്ന് മാത്രമാണ് അക്രം ഭക്ഷണം കഴിച്ചിരുന്നത് അത്രത്തോളം പുറം ലോക

ചുറ്റുപാടുകളിൽ ബന്ധപ്പെടാൻ സാധിക്കാതെ മാതാവിന്റെ മാറിടത്തിലും പിതാവിന്റെ മേൽനോട്ടത്തിലും മാത്രമായിരുന്നു അക്രമിന്റെ ജീവിതം, പക്ഷെ യത്രയൊക്കെ സ്നേഹിച്ചാലും ലാളിച്ചാലും നാട്ടു നടപ്പ് തലമുറകളെ പ്രവാസങ്ങളിലാക്കുന്നതിലാണെല്ലോ.

അക്രമിന്ന് വിമാനത്തിൽ കയറിയുള്ള മുൻ പരിജയങ്ങളൊന്നുമില്ല അതു കൊണ്ടു തന്നെ ഭയാനകമായ കോഴിക്കോട് വിമാനാപകടം തന്നിൽ വേവലാതി ഉളവാക്കുന്നുണ്ടായിരുന്നു, എന്നാൽ മറുവശം തികച്ചും വത്യസ്തമാണ്, അക്രമിന്ന് ഇതൊരു നാടുവിടൽ കൂടിയാണ്, കാരണങ്ങൾ ചെറുതാണെങ്കിലും അതവനിൽ ഭവിച്ചത് ആഴത്തിലായിരുന്നു, യാത്ര പറയുക എന്ന നിത്യ സൽകാര പരിപാടികളുടെ അവസാനം അക്രം യാത്ര തിരിക്കുകയായി, ഉമ്മയുടെ ചുവന്ന കവിളുകളിലൂടെ ഭൂമിയെ മുത്തമിടുന്ന കണ്ണുനീർ തുള്ളികൾ അക്രമിന്റെ യാത്ര വിജയിത്തിലേക്കാണ് എന്നതിനെ സാക്ഷ്യം വഹിക്കുന്നതായിരുന്നു, ഉപ്പയോടു യാത്ര പറയാനൊരുങ്ങിയെങ്കിലും ഉപ്പ സങ്കടമൊന്നും പ്രകടിപ്പിക്കാതെ സുസ്മേര വതനനായ് ആലിംഘനം ചെയ്ത് ചെറു ഘൌരവത്തിൽ പറയാനാരംഭിച്ചു, നിസ്കാരം പാഴാക്കരുത്, നീ പൈസ അയച്ചിട്ട് വേണ്ട നമുക്കിവിടെ ജീവിക്കാൻ, നാഥനെ പേടിച്ച് ജീവിക്കുക, പൊട്ടിത്തെറിച്ച കൂട്ടുകെട്ടിൽ പെടാതിരിക്കു, നിന്റെ ഉമ്മയ്ക്ക് നിന്നെയൊരു ഭാരമാക്കാതിരിക്കുക, ജനങ്ങളെ കൊണ്ട് നല്ലത് മാത്രം പറയിപ്പിക്കുക, ഒരു ചിരി മാത്രം സമ്മാനിച്ച് അക്രം പതിയെ മുന്നിലേക്ക് നീങ്ങി വാഹനത്തിലേക്ക് പ്രവേശിച്ചു, ഉറക്കെ എല്ലാവരോടുമായ് സലാമും യാത്രയും പറഞ്ഞു പതിയെ വാഹനം വീടിന്റെ വെളിയിലേക്കും പിന്നീട് റോഡിലേക്കുമായ് നീങ്ങി ദൂരേക്ക് മാഞ്ഞു.

ഹഫ്സയുടെയും സമീർ ഹാജിയുടെയും ഏക മകനായിരുന്നു അക്രം, ഉമ്മയുടെ എന്തെന്നില്ലാത്ത ലാളനയിൽ ഭാല്ല്യം ആസ്വദിച്ച കുട്ടി. എന്നാൽ അക്രം കൌമാര പ്രായക്കാരനായപ്പോഴേക്കും ഉപ്പ സമീറാക്ക കാലത്തിനെ പഴിക്കുന്ന വാർത്താ മാധ്യമങ്ങളുടെ ചതിക്കുഴികളിലും ജനങ്ങളിൽ തന്റെ ഏക മകനെ മോഷക്കാരനെന്ന് മുദ്ര കുത്തുമൊ എന്നും ഭയന്ന് അക്രമിന്റെ സകല സൂഹൃത്ത് ബന്ദങ്ങളും വിച്ചേരദിപ്പിക്കുവാൻ സാധിച്ചിരുന്നു, മകനിൽ ഉപ്പമാരിൽ ഉണ്ടാവാറുള്ള സ്ലേഹ കൂടുതലാണ് ഇതിന്ന് പ്രധാന കാരണം, അക്രമിനെ പുരുശനാണൊ നീ എന്ന് സുഹൃത്തുക്കൾ തമാശയാക്കും വിധം ചോദിക്കാറുണ്ടായിരുന്നു ബന്ദങ്ങൾ ബന്ദനങ്ങളാവുമ്പോൾ നഷടപ്പെടുന്നത് ഒരു വ്യക്തിയെയൊ കൂടുമ്പത്തെയൊ അല്ല ഒരു സമൂഹത്തെയും തലമുറയെയുമാണ്.

2

സ്വതന്ത്രൻ

വളരെ കാലത്തെ കാത്തിരിപ്പിന് ശേഷം അക്രമിന്റെ ആഗ്രഹം പോലേ തന്നെ അക്രം സ്വതന്ത്രനാവാനിരിക്കുകയാണ്, സമീർ ഹാജിയുടെ സുഹൃത്തായ നബീൽ ഹാജിയുടെ അടുത്തേക്കാണ് അക്രം ഇന്ന് യാത്രയാവുന്നത് മാത്രവുമല്ല സൈഫു മാത്രമാണ് അൻസാർക്കയുടെ ബഹ്റൈനുമായുള്ള പരിചയം എന്ന് അക്രം ആദ്യമേ മനസ്സിലാക്കിയതാണ്, അക്രം സി വി തന്റെ സ്വാതന്ത്ര്യത്തെ ബാധിക്കാത്ത സ്ഥലങ്ങളിലേക്ക് മാത്രമായിരുന്നു അയച്ചിരുന്നത്, അക്രമിന്റെ മനസ്സിൽ ഉപ്പയോടും, ഉമ്മയോടും സ്നേഹമുണ്ടെങ്കിലും, ഇവരുടെ നിഷ്കർഷന ശാസനകളിലും, ഭയപ്പെടുത്തും നേർനടപ്പ്, ഗുണകാംക്ഷ അത്തരത്തിൽ എവിടേ നിന്നോ ഇവരുടെ ലാളന അക്രമിന്ന് ഇരുവരോടും വെറുപ്പ് നൽകിയിരുന്നു,

അക്രം തന്നെയായിരുന്നു വിമാനത്താവളത്തിലേക്ക് വണ്ടിയൊടിച്ചിരുന്നത്, മാത്രവുമല്ല ആദ്യമായാണ് അക്രം വിമാനത്താവളത്തിലേക്ക് വണ്ടിയോടിക്കുന്നത്, വലിയ വണ്ടി ഭ്രാന്തനാണെങ്കിലും ആദ്യമായാണ് ഇത്രയും ദൂരം വണ്ടിയോടിക്കുന്നത്, അതിന്ന് കാരണം പ്രധാനമായും ഉമ്മയായ ആമിനാത്തയ്ക്കുള്ള പേടിയും ആദിയുമാണ്, പക്ഷെ അക്രമിനെ അമ്പത് കിലോമീറ്ററിനപ്പുറത്തേക്ക്

വിലക്കിയിരുന്നത് ഉപ്പ സൈഫുവായിരുന്നു, ദിനേന സമ്പവിക്കുന്നത് പോലെ തന്നെ അക്രം തന്റെ ഉപ്പയക്ക് ഞാൻ യാത്രയാവുന്നതിൽ സങ്കടമില്ല എന്നുള്ള തെറ്റിദ്ധാരണയിൽ വെറുപ്പുളവാക്കും ആലോചനയുടെ വേഗതയിൽ വലിയ ശബ്ധത്തിലുള്ള അലൻ വാക്കറുടെ മ്യൂസിക്കടങ്ങിയ ഗാനങ്ങൾ വലിയ ശബ്ദത്തിൽ ഉയർത്തി വിമാനത്താവളത്തിലേക്ക് നീങ്ങുകയാണ് രക്ത തിളപ്പിൽ ചെറുപ്പം നൽകുന്ന ഉത്തരം അപകടങ്ങളിൽ പെട്ടുപോവാൻ സാധ്യത വളരേയേറയാണ് എന്നിരുന്നാലും പലരുടേയും പ്രാർത്ഥനയുടെ ഫലമെന്നോണം അക്രം സുകമായ് വിമാനത്താവളത്തിലെത്തിച്ചേർന്നു.

എത്തിയെ ഉടനെതന്നെ തന്നെ വിമാനത്താവളത്തിൽ കൊണ്ടുവിടാൻ വന്ന സമീർ ഹാജിയുടെ സഹോദര പുത്രനായ ഉസ്മാനോട് പെടുന്നനെ യാത്ര പറഞ്ഞ് വിമാനത്താവളത്തിന്നകത്തേക്ക് നീങ്ങി, അക്രം തന്റെ നാടിനോട് യാത്ര പറയും വിധം എല്ലാ ഭാഗങ്ങളിലേക്കും കണ്ണോടിച്ച് ബോർഡിങ്ങ് കഴിഞ്ഞ് ഒരു ചെറിയ റ്റാറ്റായും പറഞ്ഞ് അക്രം ഇമിഗ്രേഷനലേക്കായും ഉസ്മാൻ വീട്ടിലേക്കായും നീങ്ങി.

ഇമിഗ്രേഷൻ കഴിഞ്ഞ് ഒരോരുത്തരൊടും ചോദിച്ചു ചോദിച്ചു മാതാപിതാക്കൾ തനിക്ക് പകർന്ന് തന്ന ശൈലിയായ (ചോദിച് ചോദിച്ച് സ്വർഗ്ഗത്തിലേക്ക, നാണിച്ച് നാണിച്ച് നരഗത്തിലേക്ക്) എന്ന ആപ്ത വാക്യം തലോടി തന്നെ അക്രം മുന്നിലേക്ക് നീങ്ങി ഒന്നേക്കാൽ മണിക്കുർ പോയതറിഞ്ഞതേയില്ല, ഗേറ്റ് നമ്പർ രണ്ട് തുറന്ന വിവരം വിളിച്ചു പറയാനാരമ്പിച്ചത് കേട്ടതും ഉടനെ തന്നെ അക്രം എഴുന്നേറ്റ് ഒന്നരമണിക്കൂർ കഴിഞ്ഞൊ എന്ന് സ്വയം അത്ഭുതപ്പെട്ട് വിമാനത്തിലേക്കായ് പെടുന്നനെ നടന്നു നീങ്ങി, കുറേ കാലങ്ങളായുള്ള അക്രമിന്റെ സ്വപ്നമായിരുന്നു

ഒരു വിമാന യാത്ര, അക്രം ഓരോ വസ്ഥുക്കളെയും സാഹചര്യങ്ങളെയും ജോലികളെയും ജോലിക്കാരെയും വസ്ത്ര ധാരണവും അത്തരത്തിൽ സകലതിനെയും ഒരു കുട്ടിയുടെ ആശ്ചര്യത്തോടു കൂടി അക്രം വീക്ഷിക്കുന്നുണ്ടായിരുന്നു, അക്രം വിമാനത്തിനുള്ളിലേക്ക് പ്രവേശിച്ചതും വിമാനത്തിലേ ജോലിക്കാർ സ്വീകരിച്ചു ഇരിക്കേണ്ടുന്ന സ്ഥലം തരപ്പെടുത്തി തരികയും, അക്രം വേകം തന്നെ കയ്യിലുള്ള ലാപും മറ്റും ഇരിപ്പിടത്തിന്റെ മുകൾ വശത്തായി കടിപ്പിച്ചിരുന്ന ലഗേജ് ബോക്സിൽ വച്ച്, തന്റെ ഇരിപ്പിടത്തിൽ ആശ്വാസത്തോടും ആശ്ചര്യത്തോടും ആഹ്ലാദത്തോടെയും ആവേശത്തോടെയും സ്ഥാനമുറപ്പിച്ചു.

നീണ്ട നാല് മണിക്കൂറ് നേരത്തെ യാത്രയ്ക്കൊടുവിൽ വിമാനം ബഹ്റൈനിലേക്ക് പത്ത് മിനിറ്റികൾ കൊണ്ട് ഇറക്കപ്പെടും എന്നുള്ള വാർത്ത ലഭിച്ചു, കേട്ടയുടനെ സടകുഞ്ഞെഴുന്നേറ്റ് ബൾട്ട് ധരിച്ചിരുന്നു, പതിയെ വിമാന ജീവനക്കാരെല്ലാം ഓരൊ ഇരിപ്പിടങ്ങളിലേയും യാത്രക്കാരെ സമീപിച്ച് എല്ലാവരും ബൾട്ട് ധരിച്ചിരുന്നു എന്ന് ഉറപ്പ് വരുത്തുന്നതും അക്രം ആശ്ചര്യത്തോടു കൂടി തന്നെ നോക്കി കണ്ടു,

വിമാനം ലാൻഡിങ്ങ് കഴിഞ്ഞ അനൌൺസ്മെന്റ വന്നതും എല്ലാവരും അവരവരുടെ വസ്ഥുക്കൾ ലഗേജ് ബോക്സിൽ നിന്ന് എടുക്കാനാരംഭിച്ചു, അക്രമിന്ന് നല്ല ഒരു സുഹൃത്തിനെ വിമാനത്തിൽ വച്ച് ലഭിച്ചിരുന്നു, അക്രം അദ്ദേഹത്തോട് ധാരാളം സംഷയങ്ങൾ ചോദിച്ചു മനസ്സിലാക്കിയിരുന്നു,

അക്രമിന്റെ യാത്ര എന്ത് കൊണ്ടും തികച്ചും വത്യസ്തമാർന്ന ഒരു യാത്രയായിരുന്നു, അക്രം വിമാന ജീവനക്കാരെയും സുഹൃത്തുക്കളാക്കിയിരുന്നു അതിൽ ഒരു മലേഷ്യൻ ജോലിക്കാരി അക്രമുമായി അടുത്തിടപഴകുകയും നമ്പർ കൈമാറ്റം ചെയ്യപ്പെടുകയും ചെയ്തിരുന്നു. അക്രം

സമീർക്ക മുമ്പ് പരിശീലിപ്പിക്കാറുള്ളതു പോലെ സകലരോടും യാത്ര പറഞ്ഞ് പതിയെ പതിയെ വരിയുടെ വേകതയ്ക്കനുസരിച്ച് വിമാനത്തിന്റെ പുറത്തേക്ക് നടന്നു, താൻ ആദ്യമായാണ് അന്യ രാജ്യത്ത് എത്തിച്ചേരുന്നത് എന്നതിൽ അലിഞ്ഞ് തന്റെ ഹൃദയത്തിൽ രൂപപ്പെട്ട ചെറിയ ബാലന്റെ കൗതുകം പേറി ആശ്ചര്യാജനകമായ് വാതിലിനെ പിന്നിട്ടു.

3

ബാച്ചലർസ് റൂം

അക്രം പതിയെ പുറത്തേക്ക് നോക്കി നീണ്ട റൺവേ പ്രകാശ പൂരിതം പരിസരം, അക്രം കോണിയിറങ്ങി ബസ് ലക്ഷ്യം വച്ചു നടന്നു നീങ്ങി ദൂരെ റൺവേക്കുമപ്പുറം മരുഭൂമി അക്രമിന്ന് കാണാമായിരുന്നു, ബസ് നീങ്ങാനാരംഭിച്ചു പതിയെ റണവേ രണ്ട് പ്രാവശ്യം ചുറ്റി യാത്രക്കാർ വിമാനത്താവളത്തിലേക്ക് പ്രവേശിക്കുന്ന ഇടത്തേക്ക് ചെന്നിറക്കി, ഓരോരുത്തരായി പെട്ടെന്ന് തന്നെ വിമാനത്താവളത്തിന്ന് പുറത്ത് കടക്കാനുള്ള തിടുക്കത്തിൽ വളരെ വേഗതയിൽ പുറത്തേക്ക് നടന്നു നീങ്ങി, എല്ലാവരും അവരവരുടെ പ്രവാസവും സ്വദേഷവും വിനോദവും, അത്തരത്തിൽ വത്യസ്ഥമാർന്ന ജീവിതത്തിലേക്കുള്ള ചുവടുവെപ്പിലും ലക്ഷ്യ സാക്ഷാത്കരണ ബുദ്ധിയിലും ചിന്തയിലുമാണ്.

ഇമിഗ്രേഷനും ലഗേജ് തിരയലുമായ് ഒരു മണിക്കൂർ നേരം പാഴാക്കേണ്ടി വന്നിരുന്നുവെങ്കിലും പുറത്തിറങ്ങുമ്പോഴേക്കും, ഉപ്പ സമീർ ഹാജിയുടെ ഉറ്റ സുഹൃത്തായ നബീൽ ഹാജിക്കയും മക്കളും അക്രമിനെ സ്വീകരിക്കാനായി വിമാനത്താവളത്തിൽ നേരത്തെ തന്നെ എത്തി നിൽക്കുന്നുണ്ടായിരുന്നു, അക്രമിന്ന് മക്കളെ വലിയ

പരിജയമൊന്നുമില്ല ചെറുപ്പത്തിൽ കണ്ടതായുള്ള ചെറിയ ഓർമ്മകൾ മാത്രമേയുള്ളൂ, അക്രം എല്ലാവരേയും പരിജയം പുതുക്കി, കാറിൽ കയറി നബീൽക്കയുടെ ഗോപുരത്തിലേക്കായ് യാത്ര ആരംഭിച്ചു.

ആദ്യമായാണ് അക്രം സിനിമകളിലും സോഷ്യൽ മീഡീയകളിലുമായ് മാത്രം കാണാറുള്ള വലിയ കോടീശൌരന്മാരായ രാജാക്കന്മാർ താമസിക്കുന്ന വാർത്തകളിൽ ധാവൂതിബ്രാഹീമിനെയും ഹാജി മസ്ഥാനും ഇവിടെ താമസിച്ചാണ് നീങ്ങിയത് എന്ന് പറഞ്ഞ് കാണാറുള്ള ഡെ- മെരീഡിയൻ ഹോട്ടലിന്ന് മുന്നിലേക്കെത്തിചേരുന്നത് അക്രം ആകപ്പാടെ അന്താളിച്ച് ഒന്നു ചുറ്റു ഭാഗവും നോക്കി, ഈഗോ കാരണം ആരോടും ഒന്നും ചോദിക്കാൻ സാധിച്ചില്ല, എന്നാൽ അക്രമിന്ന് പലതും ചോദിക്കാനുണ്ടെന്ന് മനസ്സിലാക്കിയ നബീൽ ഹാജി അക്രമിന്ന് എല്ലാം വിവരിച്ചു കൊടുത്തു,

അക്രം ഓരോ വസ്ഥുക്കളെയും സൌകര്യങ്ങളെയും ഇന്റീരിയറുകളെല്ലാം അത്ബുദമെന്നോണം വീക്ഷിക്കുന്നുണ്ടായിരുന്നു, അക്രം മുറിയിലെത്തി നബീൽ ഹാജിയുടെ സഹധർമിണി ആയിഷയോടും പൂത്രി ആലീഷയോടും കുഷലാന്വേഷണം നടത്തി, പതിയെ ഒന്നു ഫ്രെഷ് ആവാനായി ടോയല്റ്റുള്ള മുറി ലക്ഷ്യമാക്കി നടന്നു.

നബീൽ ഹാജിക്ക് നാല് മക്കളാണ് രണ്ട് ആൺകുട്ടികളും രണ്ട് പെൺകുട്ടികളും ഏറ്റവും വലുത് അലീഷയാണ് അലീഷയും ഒരു ഐ.ടി കമ്പനിയിലാണ് ജോലി ചെയ്യുന്നത്, കല്ല്യാണം ഉറപ്പിച്ചു വച്ചിരിക്കുകയാണ് അലീഷയുടെ, രണ്ടാമൻ ആദമാണ്, യു. കെ. യിൽ ബിസിനസ്സ് മാനേജ്മന്റ് പഠിക്കുകയാണ്, മൂന്നാമത്തേത് ആൺകുട്ടിയാണ്ം അസ്ലം സ്കൂളിൽ അഞ്ചാം തരം പഠിക്കുകയാണ, നാലാമത്തേത് ആലിയ കെ.ജി 2 വിലാണ് പഠിക്കുന്നത്.

അക്രം ഫ്രെഷ് ആയി വരുമ്പോഴേക്കും പ്രാതൽ തയ്യാറായിരുന്നു നല്ല വിഭവമാർന്ന ഭക്ഷണം അക്രം നബീൽ ഹാജിയോടും മക്കളോടുമായ് തമാശകൾ പറഞ്ഞും ചിരിച്ചു സമയം മുന്നോട്ട് നീങ്ങി, മേശയിൽ നിന്നെഴുന്നേറ്റതും എല്ലാവരും അവരവരുടെ ജോലി സ്ഥലങ്ങളിലേക്കായ് ഇറങ്ങാൻ വേണ്ടി പെട്ടെന്ന് തന്നെ തയ്യാറായി ഇറങ്ങി, അക്രം അവിടെ നിൽക്കാനുള്ള നാണം കാരണം നബീൽക്കയോടായി തന്നെ തന്റെ മുറിയിലേക്കെത്തിക്കാനായ് ആവശ്യപ്പെടുകയും ആദ്യമൊക്കെ നിരസിച്ചെങ്കിലും അവസാനം മകൾ അലീഷയെ പോവും വഴിയെ ചെന്നിറക്കാൻ ആവശ്യപ്പെട്ട് അക്രമിന്റെ മുറിയിലായി താമസിക്കുന്ന സുബൈറിനെ വിളിച്ച് പുറത്തിറങ്ങാനായി ആവശ്യപ്പെട്ടുകയും ചെയ്ത് പതിയെ എല്ലാവരോടുമായ് പരസ്പരം യാത്ര പറഞ്ഞ് തന്റെ റൂമിലേക്കായ് യാത്ര തിരിച്ചു.

അലീഷയുടെ വാഹനത്തിന്റെ നമ്പർ സുബൈറിന്ന് നബീൽ ഹാജി പറഞ്ഞു കൊടുത്തതിനാൽ വാഹനത്തിനെ തിരയേണ്ടതായി വന്നില്ല, അക്രം അലീഷയോടായ് യാത്ര പറഞ്ഞിറങ്ങുമ്പോഴേക്കും സുബൈർക്ക അക്രമിന്റെ സാധനങ്ങളൊക്കെ തന്നെ വണ്ടിയിൽ നിന്നെടുത്തു വച്ചിരുന്നു, അലീഷ എല്ലാവരോടുമായ് സലാം പറഞ്ഞു തന്റെ ജോലി സ്ഥലത്തേക്കായ് നീങ്ങി അക്രം മനസ്സിൽ നബീൽ ഹാജിയുടെ മകനായ് ജനിച്ചാൽ മതിയായിരുന്നു എന്ന പ്രാർത്ഥനയോടെ മനസ്സിലെ പുതിയെ താമസത്തെ കുറിച്ചുള്ള വേവലാതിയോടും കൂടെ ബാച്ചലർസ് മുറിയിലേക്കായ് നീങ്ങി...

4

ആദ്യ സാലറി

അക്റം തന്റെ ജീവിതത്തിലെ നിർണ്ണയാത്മകമായ നിമിഷങ്ങളിലേക്കാണ് അവിടെ പ്രവേശിച്ചത്, രണ്ട് മുറിയും വലിയ ഒരു ഹാളും മൂന്ന് ടോയല്റ്റും ഒരു അടുക്കളയുമായ് അടങ്ങിയ പുതുതായ് വന്ന അക്രമിനോടും കൂടെ പതിമൂന്ന് പേർ താമസിക്കുന്ന അത്യാവശ്യം വ്രത്തിയുള്ള വിശാലമായ മുറി, അക്രം വൈഫൈ കണക്റ്റാക്കി ഉടനെ തന്നെ ഉമ്മയെ വിളിച്ച് ഉപ്പയും സുഹൃത്തും തനിക്കായ് തയ്യാറാക്കിയ മുറിയുടെ പോരായ്മകൾ ഓരോന്നായ് വിവരിച്ചു പിന്നീടെന്തൊക്കെയൊ പറഞ്ഞ് അക്രം ഫോൺ കട്ട് ചെയ്തു, മുറിയിലുള്ളവരിൽ മിക്കതും രാവിലെ ജോലിക്ക് പോവേണ്ടവരായത് കൊണ്ട് തന്നെയും, അക്രമിന്റെ സംസാരം പതുക്കെയായിരുന്നത് കൊണ്ടും ആരും ഒന്നും ശ്യദ്ധിക്കുന്നുണ്ടായിരുന്നില്ല.

അക്രം പിറ്റേ ദിവസം തന്നെ കമ്പനിയിലെത്തി സൈബർ സെക്ക്യൂരിറ്റി അസിസ്റ്റന്റായി പ്രവേശിച്ചു, വളരെയധികം കഷ്ടതയുള്ള ജോലിയായിരുന്നതു കൊണ്ടും അക്രമിന്റെ പ്രകൃതം ഇതിനോട് യോജിച്ചതായിരുന്നത് കൊണ്ടും ചെറുപ്പം മുതൽ അനുസരണാ ശീലമെന്ന് പറയപ്പെടുന്ന അടുമതത്വത്തിൽ പ്രകൃതി അലിഞ്ഞതു കൊണ്ടും, അക്രം

വളരെയധികം സന്തോഷത്തോടു കൂടെ തന്നെ തന്റെ ജോലിയിൽ തുടർന്നു, എന്നിരുന്നാലും അക്രമിന്റെ പ്രധാന ശത്രുവായ പണം ധാരാളം സമ്പാധിക്കണമെന്ന ആഗ്രഹമുള്ളതു കൊണ്ടു തന്നെയും, തനിക്ക് തന്റേതായ ഒരു ചിലവിന്നും ആവശ്യമായ പണം നൽകാതിരുന്ന അക്രമിന്റ ഒരേ ഒരു ശത്രുവായ ഉപ്പയോടുള്ള കോപവും തനിക്ക് പണത്തിന്നു വേണ്ടിയുള്ള നെട്ടോട്ടവും എക്സ്ട്രാ ടൈം ജോലികളും വർദ്ധിപ്പിച്ചു,

അക്രമിന്റെ ഓരോ ദിവസവും ഉപ്പ യെന്ന് പറയുന്ന വൻ മതിലിനെ പിഴുതെറിയാനായുള്ള ഒരുക്കമായിരുന്നു, സ്വതന്ത്രനാവാനും ആഗ്രഹിച്ചത് നേടിയെടുക്കാനും സാധിക്കുന്ന പണക്കാരനും പ്രധാപിയുമാവാനായുള്ള തയ്യാറെടുപ്പിലാണ്.

എണ്ണി തീർത്ത ക്ഷട്ടപ്പാടുകൾക്കൊടുവിൽ, ബാച്ചലർസ് റൂമിലെ അലോസരപ്പെടുത്തുന്ന ജീവിത രീതികൾക്കൊടുവിൽ തന്റെ ആദ്യ ശമ്പള ദിവസം തന്നിലേക്ക് ആഗമമായിരിക്കുന്നു, അക്രമിന്റെ സ്വപ്ന ജീവിതത്തിലേക്കുള്ള പ്രവേശന ദിവസമാണ് ഇന്ന്, അക്രം വളരെ സന്തോഷത്തോടെ തന്നെ ജോലിക്ക് പോയി സാധാരണ പോലെ തന്റെ കാബിനിലിരുന്നു, ചെക്ക് ഇപ്പോൾ വരുമെന്ന പ്രതീക്ഷയിൽ ജോലി തുടർന്നു, ഉച്ച ലഞ്ച് ടൈമായി അക്രം ടൻഷനോടു കൂടി ഒറ്റയ്ക്കിരുന്നു ഭക്ഷണം കഴിക്കുന്നതു കണ്ട സഹപാടി കാരണം തിരക്കി, ശമ്പളം വരാൻ വൈകുന്നതാണ് കാരണമെന്നറിഞ്ഞതും ചെറിയ ഒരു ചിരിയോടു കൂടെ വൈകുന്നേരമാണ് ശമ്പള സമയമെന്ന് അക്രമിനെ ബോധ്യപ്പെടുത്തി ഇരുവരും ഭക്ഷണം കഴിച്ചു കഴിഞ്ഞ് കാബിനിലേക്ക് മടങ്ങി ജോലി തുടർന്നു, വൈകുന്നേരം മൂന്നായപ്പോഴേക്കും അക്രമിന്റെ ചെക്ക് തന്നിലേക്ക് ആഗമമായിരിക്കുന്നു, അഞ്ച് ലക്ഷം രൂപയുടെ

ചെക്ക് കൂടെ ഒരു ലക്ഷം കൂടുതലും ഒരു കത്തും, അതിൽ ഇങ്ങനെ വിവരിക്കുന്നു - നിങ്ങളുടെ കൃത്യ നിഷ്ടത ജോലിയിലുള്ള ആത്മാർത്ഥത പാഷൻ എല്ലാം കമ്പനിക്ക് തൃപ്തി ലഭിച്ചതായും അത് കൊണ്ട് ചെറിയ ഒരു സമ്മാനം എന്നും പറഞ്ഞു.

അക്രം വൈകുന്നേരം വീട്ടിലേക്ക് മടങ്ങും വഴി ഉമ്മയ്ക്ക് ഒരു മെസേജ് അയച്ചു, ഉമ്മ നിങ്ങൾ നഷ്ടപ്പെടുത്തിയ എന്റെ ബാല്യത്തിന്റെ മുല്ല്യം വന്നിരിക്കുന്നു, നിങ്ങൾക്ക് സന്തോഷിക്കാം, ഒരാഴ്ച്ച കഴിഞ്ഞാണ് അക്രം ഇന്നു മെസേജ് അയക്കുന്നത്, കൂടെ താമസിക്കുന്ന പലരുടെയും പലതരത്തിലുമുള്ള ബാല്യ കതകൾ അക്രമിനെ തീരെ അലോസരപ്പെടുത്തിയിരുന്നു, സ്കൂളിലും ട്യൂഷൻ സെന്ടറുകളിലും പള്ളിയിലും വീട്ടിലും മാത്രമാക്കി സുഹൃത്തുക്കളെ പോലും തന്നിൽ നിന്നു തടഞ്ഞ് തന്നെ കഷ്ടപ്പെടുത്തിയെന്ന് അക്രം ധരിച്ച് മാതാപിതാക്കളോടുള്ള അമർഷവും അരിഷവും ദൈനംദിനം വർദ്ധിക്കുകയായിരുന്നു,

അക്രം ഉപ്പയുടെ മൊബൈലിൽ ഒരു മെസേജ് ഡ്രാഫ്റ്റ് ചെയ്തു, നിങ്ങളുടെ അകൌണ്ടിലേക്ക് ഒരു ലക്ഷം ക്രഡിറ്റായിരിക്കുന്നു, ആദ്യ ശമ്പളമായതുകൊണ്ട് മാത്രം, ഇനി നിങ്ങൾ എന്നിൽ നിന്ന് ഒന്നും പ്രതീക്ഷിക്കേണ്ടതില്ല, നിങ്ങൾ നഷ്ടപ്പെടുത്തിയ എന്റെ ബാല്ല്യത്തിന്റെ കണക്ക് ചോദിക്കാൻ എനിക്ക് സമയമില്ല, നിങ്ങൾക്ക് നിങ്ങളുടെ വഴി എനിക്ക് എന്റെ വഴി, ഇതു മാത്രം എഴുതി അക്രം രണ്ട് നമ്പറും ബ്ലോക്ക് ചെയ്തു.

ആധുനിക യുഗത്തിൽ മൊബൈൽ ഫോണിലും മറ്റ് ഇന്റർനറ്റ് സൌകര്യങ്ങളിസലും ബ്ലോക്ക് ചെയ്യുക കട്ട് ചെയ്യുക എന്നുള്ളതൊക്കെ മുൻ കാലങ്ങളിൽ വീട്ടിൽ നിന്ന് തെറ്റി പോവുന്നതിന്ന് തുല്ല്യമാണ് അങ്ങേയറ്റം

വേധനിപ്പിക്കുന്നതും മാതാപിതാക്കളിൽ വലിയ തരത്തിലുള്ള മാനസിക പ്രശ്നങ്ങളിലേക്കും അത് നയിക്കും.

5

പ്രമോഷൻ

സാധാരണപോലെ അക്രം തനറെ കാബിനിലേക്ക് എത്തി ചേർന്നു ഇന്ന് അക്രം കമ്പനിയുടെ അസ്സിസ്റ്റന്റ് മാനേജരാണ് രണ്ട വർഷമായ് ബഹ്റൈനിൽ ഒഴിവ് വളരെ തുച്ഛം കൂടാതെ ഇന്നൊരു ശമ്പള ദിവസവുമാണ്, ലഭിക്കുമെന്ന പ്രതീക്ഷയോടുകൂടി ഇരിപ്പിടത്തിലേക്കിരുന്നു സിസ്റ്റം തുറന്ന് തന്റെ ജോലികളിലേക്ക് പ്രവേശിച്ചു, വൈകുന്നേരം നാല് മണി കഴിഞ്ഞിരിക്കുന്നു ഇതുവരെ ശമ്പളം ലഭിച്ചില്ല, അക്രം അലോസരമായാണ് വർക്ക് ചെയ്യുന്നത് പെട്ടെന്ന് മാനേജർ കാബിനിൽ നിന്ന് മൈൽ ലഭിച്ചു അക്രമിന്ന് പ്രമോഷൻ ഇതേ കമ്പനിയുടെ ജർമനിയിലുള്ള ഹെഡ്ഡ് ഓഫീസിലേക്ക്, അക്രം സന്തോഷം കൊണ്ടും ആഹ്ലാദം കൊണ്ടും ആർമാദിച്ചു, അക്രമിന്ന് സാലറിയും ക്രെഡിറ്റായിരിക്കുന്നു, അക്രമിന്ന് സുഹർത്തുക്കളൊന്നും ഇല്ലാത്തതു കൊണ്ട് തന്നെയും തന്റെ സന്തോഷം വിളിച്ചു പറയാനൊ മറ്റും ആരു ഉണ്ടായിരുന്നില്ല, അക്രം മാനേജരുടെ അടുത്തേക്ക് പുറപ്പെട്ടു മാനേജർ ഓഫീസിൽ നിന്ന് ഇറങ്ങാനിരിക്കുകയാണ് അക്രമിനെ കണ്ടതും സ്വീകരിച്ച് അനുമോദിച്ചു, തനിക്ക് പ്രമോശനിക്കുള്ള കാരണം തിരക്കിയതും, ചെറിയ ഒത്ഭുതമാണ് അക്രമിൽ അണഞ്ഞത്,

അക്രം ഏറ്റവും വെറുത്ത ഏകീകൃതം ജോലിയോടുള്ള ആത്മാർത്ഥത ഇതൊക്കെയായിരുന്നു അക്രമിന് പ്രമോശൻ നൽകാനായ് പ്രചോദനം നൽകിയത്

നേരെ അലീഷയെ വിളിച്ചു കോഫിക്ക് ക്ഷണിച്ചു, അലീഷ കമ്പനിയിൽ നിന്നും വരുന്ന വഴി കഫെയിലേക്ക് പ്രവേശിച്ചു, അക്രം അലീഷയോട് പത്ത് ദിവസത്തിനുള്ളിൽ എനിക്ക് ജർമനിയിലെ കമ്പനിയിൽ ജോയിൻ ചെയ്യേണ്ടതായുണ്ടെന്നും ഈ ഒരാഴ്ച്ച മാത്രമാണ് തനിക്ക് ബഹ്റൈനിലുള്ളത് എന്നും അറിയിച്ച് ഒരു യാത്ര പോവുന്നതിനെ കുറിച്ചാലോജിച്ചു, അലീഷ ഉടനെ തന്നെ തന്റെ ഭർത്താവും ഡോക്ടറുമായ അമാനിനെ വിളിച്ച് കാര്യം അവതരിപ്പിച്ചു, അമാൻ മനാമയിലുള്ള ഒരു സൂപ്പർ സ്പഷ്യാലിറ്റി ഹോസ്പിറ്റലിലാണ് ജോലി ചെയ്യുന്നത്,

അമാനും അവതിയെടുക്കാൻ തീരുമാനിച്ചതോടെ മൂവരും ഹവാർ, അംവാജ് എന്ന പ്രശസ്തമായ ദ്വീപുകളെയും ഹമാദ്, അൽജസ്റ, ഖലാത്ത് അൽ ബഹ്റൈൻ സ്ഥലങ്ങളെയും ലക്ഷ്യമാക്കി അക്രമിന്റെ വാഹനമായ നിസാൻ പാട്ട്റോളിൽ യാത്ര ആരംഭിച്ചു പക്ഷെ അലീഷയോട് അക്രം വിവരം ആരെയും അറിയിക്കരുതെന്ന് പറഞ്ഞ കാര്യത്താൽ തന്നെ അലീഷ അക്രമിന്റെ പ്രമോശനെ കുറിച്ചോ മറ്റൊ ആരെയും ധരിപ്പിച്ചിരുന്നില്ലായിരുന്നു.

അഞ്ച് ദിവസത്തെ യാത്ര കഴിഞ്ഞ് അക്രം മടങ്ങിയെത്തിയത് രാത്രിയോട് കൂടിയാണെങ്കിലും അടുത്ത ദിവസം തന്നെ ഓഫീസിലെത്തി മാനേജർ റൂമിലെത്തിച്ചേർന്നു അക്രമിനോട് കുശലാന്വേശണം നടത്തിയതും വിസയും ടിക്കറ്റും അക്രമിന്റെ കൈ വള്ളയിലേക്ക് വച്ച് കൊടുത്തു, അക്രം റൂമിലെത്തി റൂമിലുള്ളവരിൽ അടുത്ത ചിലരോട് തന്റെ യാത്രയെ ധരിപ്പിച്ചതും അവർ സകലരോടും പറഞ്ഞ് വലിയ ഒരു ട്രീറ്റും

അക്രമിൽ നിന്നായി വാങ്ങി സുഭിക്ഷമായ ഭക്ഷണം പാകം ചെയ്ത് കഴിച്ചു, അടുത്ത ദിവസം നബീൽ ഹാജിയെയും കുടുമ്പത്തെയും കണ്ട് യാത്ര പറഞ്ഞ് ഭക്ഷണമൊക്കെ കഴിച്ചിറങ്ങി.

അക്രം ഇന്നാണ് ജർമനിയിലേക്ക് പോവുന്നത് നബീൽ ഹാജിയും, അലീഷയും അമാനും ചേർന്ന് അക്രമിനെ എയർപോർട്ടിലെത്തിച്ചു പോരും വഴി നബീൽ ഹാജി തന്റെ ഉറ്റ സുഹൃത്തിന്റെ സുഖവിവരങ്ങളും മറ്റും അക്റമിനോട് ചോദിച്ചതും പുച്ഛര ഭാവത്തിലുള്ള ഒരു ചിരിയിൽ ആ സുഖം എന്ന ഉത്തരവും ഘടിപ്പിച്ച് സലാം പറഞ്ഞ് മുന്നിലേക്ക് നീങ്ങി.

അക്രമും അലീഷയും നല്ല സുഹൃത്തുക്കളായിരുന്നു, അത് കൊണ്ട് തന്നെ വാഹനതതിൽ കയറിയതും അക്രമിന്റെ മുഖത്ത് വെളിവായ പുച്ഛര ഭാവത്തെ കുറിച്ചു നബീൽ ഹാജി തന്റെ മകളായ അലീഷയോട് തിരഞ്ഞു കൊണ്ടേയിരുന്നു, അലീഷ മറുവടിയൊന്നും നൽകാതെ മിണ്ടാതിരുന്നു, കുറേ ആവ്രത്തി ചോദ്യമുയർന്നതും ആ എനിക്കറിയില്ല എന്ന് മാത്രം ഉത്തരം നൽകി, ഫ്ലാറ്റ് ക്ഷ്യമാക്കി യാത്ര തുടർന്നു.

അക്രമിന്ന് ഇനി രണ്ടരമണിക്കൂർ വിമാനത്താവളത്തിൽ കാത്തിരിക്കേണ്ടതായ് ഉണ്ട്, അക്രം ഒരു കോഫിയും ചെറിയൊരു സ്നാക്കും വാങ്ങി വീട്ടിലേക്ക് വിളിക്കാമെന്ന് കരുതി വൈഫൈ കണക്റ്റാക്കി ഉപ്പ അൻസാർക്കയുടെ ഫോണിലേക്കായ് അക്രം വിളിച്ചു, സലാം പറഞ്ഞു താൻ ജർമനിയിലേക്ക് പോവുകയാണെന്ന് പറഞ്ഞു ഒരു ചെറിയ മൂളലോട് കൂടി കുറച്ച് നേരത്തെ ശാന്തത പിന്നീട് ഉപ്പ ഒരു തമാശയെന്നോണം ഇനി വല്ല പ്രേമത്തിലും ചാടിയേക്കരുത് പോക്കറ്റ് കാലിയാവുമെന്ന് മാത്രം പറഞ്ഞ് ഒരു ചിരിയോട് കൂടി ഉമ്മയ്ക്ക് ഫോൺ കൊടുത്തു,

ഫോണെടുത്തതും ആമിന മോനെ സുഖമല്ലെ എന്ന് ചോദിച്ച് കരയാനായി ആരമ്പിച്ചു എന്തൊക്കെയൊ വിതുമ്പി അക്രം ഇതൊന്നും ഗൌനിക്കാതെ പറഞ്ഞു ഞാൻ ജർമനിയിലേക്ക് പറക്കുകയാണ്, എന്റെ ഒരപേക്ഷ ഉമ്മയാണ് ഉപ്പയാണ് എന്നുള്ള ധൈര്യത്തിൽ എന്നെ ശപിച്ച് വധിക്കാതെയും ബുദ്ധിമുട്ടിക്കാതെയുമിരുന്നാൽ മതിയാവും, കുറേ എന്നെ ഓർക്കുകയൊ ദുആ ചെയ്യുകയൊ ഒന്നും ചെയ്യേണ്ടതായില്ല, ഫോൺ കട്ട് ചെയ്തു കോഫി ആസ്വദിച്ചു കുടിച്ചു തീർത്തു , അനൌൺസ്മൻറിനായ് കാതോർത്തു,

വൈകാതെ തന്നെ അനൌൺസ്മന്റ് വരികയും അക്രം സടകുഞ്ഞെഴുന്നേറ്റ് വിമാനത്തിലേക്ക് നടക്കുകയും ചെയ്തു, വിമാനം ബിസിനസ് ക്ലാസായിരുന്നു സകല സൌകര്യവുമുണ്ട്, അക്രം തന്റെ വിജയം ആസ്വതിച്ച് യാത്ര തുടർന്നു, വിമാന ജോലിക്കാരി അടുത്തെത്തി എന്താണ് വേണ്ടതെന്ന് തിരക്കി അവളെ കണ്ടതും അക്രമിന്ന് ആദ്യമായി പ്രണയം തോന്നി തുടങ്ങി, അക്രം കാത്തിരുന്നു അവൾ ഭക്ഷണമൊക്കെ വിതരണം കഴിഞ്ഞ് മടങ്ങി നടക്കും വഴി അക്രം ആരേയുംം പേടിക്കാതെ തന്റെ ഇഷ്ടം തുറന്നു പറഞ്ഞു, അവൾ ഒരു ചിരിയോടെ മുന്നോട്ട് നീങ്ങി, അക്രം വൈകാതെ തന്നെ തന്റെ മൊബൈൽ നമ്പർ ഒരു കടലാസിലെഴുതി അവളിലേക്കായ് നീട്ടുകയും അവൾ സ്വീകരിക്കുകയും ചെയ്തു,

നീണ്ട യാത്രയ്ക്കൊടുവിൽ അക്രം ജർമ്മനിയിലെത്തിചേർന്നു, അവളോട് യാത്രയും പറഞ്ഞ് അക്രം പുറത്തിറങ്ങി വിമാനത്താവളത്തിലേക്കൊന്നു നോക്കി, പിന്നീടുള്ള ഇടങ്ങളിലെല്ലാം ആശ്ചര്യ പുരസരം നോക്കി കണ്ണുകളെ രോമാഞ്ചമണിയിച്ച് തന്റെ വിജയത്തിലുള്ള സന്തോഷത്തോടെ വീട്ടിൽ തനിക്ക് പ്രാർത്തിക്കാൻ വേണ്ടി മാത്രം നാഥനിലേക്കായ് കൈകളുയർത്തുന്ന രണ്ട്

ജീവനുകളെ മറന്ന് അക്രം വില്ല്യം രണ്ടാമന്റെ തലയെടുപ്പോടെ ജർമൻ വിമാനത്താവത്തിലെ വിധേഷികൾക്കായ് ഒരുക്കിയ വഴികളെ സാക്ഷ്യപ്പെടുത്തി മുന്നോട്ട് നീങ്ങി.

6

സ്വപ്നം യാഥാർത്ഥ്യം

ജർമൻ നാഗരീഗതകളെ സാക്ഷ്യപ്പെടുത്തി അക്രം തന്റെ ജർമൻ യൂറോപ്യൻ ജീവിതമാരമ്പിച്ചു, മുന്നേ കേട്ടു ശീലിച്ച കുറേ വിശേഷണങ്ങളുണ്ട് യൂറോപിന്ന് വൃത്തിയും വെടിപ്പും നിറഞ്ഞ ഇടനാഴികൾ, ഹോർണുകളോ ശല്ല്യപ്പെടുത്തലുകളൊ ഇല്ല എവിടെയും സുന്ദരം സമാധാനം, ആരും ആരിലേക്കും കടന്നു കയറാൻ ശ്രമിക്കുകയൊ ഇടങ്കോലിടുകയോ ചെയ്യില്ല, വിമാനത്താവളത്തിൽ നിന്ന് പുറത്തിറങ്ങിയതും കണ്ണിനെ രോമാഞ്ചിപ്പിക്കുന്ന വൃത്തിയും വെടിപ്പവുമുള്ള അത്ഭുത ഭൂമി ശബ്ദ കോലാഹലങ്ങളില്ലാത്ത ഡ്രൈവിങ്ങ് രീതികൾ, ഹോർൺ ശബ്ദങ്ങളില്ല, ധാരാളം സൈക്കിളുകൾ, റോഡരികിലെ സഞ്ചരിക്കുന്ന ട്രെൻ അത്തരത്തിൽ അക്രമിന്റെ കണ്ണുകളിലെ അത്ഭുതങ്ങൾ അക്രം കാമറയിൽ ഒപ്പി, പതിയെ അക്രം മനസ്സിൽ പറഞ്ഞു ഭംഗി.

തനിക്കായ് സജ്ജീകരിക്കപ്പെട്ട അതിസുന്ദരമായ പത്ത് ലക്ഷം ജനങ്ങൾ താമസിക്കുന്ന, പഴയ റോമൻ രാജ്യ ഓർമകളുറങ്ങുന്ന ഭൂമിയായ കൊളോഗ്നെ നകരത്തിലെ ദാസ്കോൻ അപ്പാർട്ട്മന്റിലെത്തി വൃത്തിയായി വൈകുന്നേരമായത് കൊണ്ട് തന്നെ ചെറിയ രീതിയിൽ

ഭക്ഷണം കഴിക്കാനിറങ്ങുന്നതിന്റെ ഇടയിലാണ് കമ്പനി ഡയറക്ടറായ മിസിസ് പെരേര തന്റെ കതക് തട്ടുന്നത്, ഇരുവരും പരസ്പരം പരിജയപ്പെടുത്തി ഭക്ഷണം കഴിക്കാനിറങ്ങുകയാണെന്ന് പറഞ്ഞതും എന്നാൽ നമുക്ക് കോഫീ ഹൌസിൽ നിന്ന് സംസാരിക്കാമെന്ന് പറഞ്ഞ് പെരേര തന്റെ കയ്യിലിരുന്ന ബാഗ് അക്രമിന്റെ മുറിയിൽ വെച്ച് മുന്നിലേ നടന്നു,

അക്രം ഒരു കോഫിയും പെരേര ഒരു ബിയറും ഓർഡർ ചെയ്ത് പെരേര കമ്പനി തനിക്കായ് സജ്ജീകരിച്ച കാറിന്റെ താക്കോലും നൽകി നാളെ പത്ത് മണിയാവുമ്പോഴേക്കും .തനിക്ക് നൽകിയ കമ്പനി മൊബൈലിൽ ലൊക്കേറ്റ് ചെയ്തിരിക്കുന്ന ഇടം എത്തിചേരാനും ആവശ്യപ്പെട്ടു, ആക്രം ആശ്ചര്യത്തോടെ ചോദിച്ചു മൊബൈലൊ, പെരേര ഒരു ക്ഷമ പറഞ്ഞു കൊണ്ട് താൻ അക്രമിന്റെ മുറിയിൽ വച്ചിരിക്കുന്നത് കമ്പനി താങ്കൾക്കായ് സജ്ജീകരിച്ച ലാപും മൊബൈലുമാണ്, താങ്കൾ അതി രാവിലെ തന്നെ ഓഫീസിൽ എത്തിചേരേണ്ടതുണ്ട് അപ്പോഴേക്കും ഇരുവരുടെയും ഗ്ലാസ് കാലിയായിരുന്നു ഇരുവരുടെയും പണം ഒരോരുത്തരും കൊടുത്തു പെരേര തന്റെ വാഹനത്തിലേക്കായ് നീങ്ങി, അക്രം തന്റെ കാറൊന്നുകൂടെ വീക്ഷിച്ച് മുറിയിലെത്തി, ഓൺലൈനായി കെ എഫ് സി ഓർഡർ ചെയ്ത് ഭക്ഷണം കഴിച്ച് അതി രാവിലെ ഓഫീസിൽ പോവാനുള്ള തയ്യാറെടുപ്പിൽ പെട്ടെന്ന് തന്നെ കിടന്നു.

രാവിലെ നേരത്തെ എഴുന്നേറ്റ് തഹജ്ജുതും സുബ്ഹിയുമൊക്കെ നിസ്കരിച്ച് ദൈനംദിന വ്യാഴാമം ചെയ്ത് പെട്ടെന്ന് തന്നെ ഫ്രഷ് ആയി പുത്തനുടുപ്പൊക്കെയണിഞ്ഞ് നേരെ ഓഫീസ് മൊബൈലിൽ ലൊക്കേറ്റ് ചെയ്ത ഓഫീസ് ലക്ഷ്യമാക്കി നീങ്ങി, കുറച്ചു കറങ്ങേണ്ടി വന്നെങ്കിലും നേരത്തെ ഇറങ്ങിയത് കൊണ്ട് അര

മണിക്കൂർ മുന്നെ തന്നെ കൂറ്റൻ കെട്ടിടത്തിന്റെ ഉള്ളിലേക്ക് പ്രവേശിച്ച് പാർക്കിങ്ങിൽ തനിക്കു ലഭിച്ച ഐഡി കാണിച്ച് വണ്ടി പാർക്ക് ചെയ്ത് സ്വയം തന്നിലും നാഥനിലുമായ് വിശ്വാസമർപ്പിച്ച് കമ്പനിയുടെ വിശാലമായ കെട്ടിടത്തിന്നകത്തേക്ക് പ്രവേശിച്ചു, ധാരാളം ജീവനക്കാർ കമ്പനിയുടെ വിവിധ തട്ടുകളിലായ് പ്രവേശിക്കുന്നു, അക്രമിന്ന് ഏഴാം തട്ടിലാണ് എത്തിചേരേണ്ടത് പത്ത് മണിയാവാൻ ഇനിയും ഇരുപത് മിനുട്ട് ഉള്ളതു കൊണ്ട് തന്നെ അക്രം ഏഴു തട്ടിയും ലിഫ്റ്റിന്റെ മറുവശത്തായി സ്ഥിതി ചെയ്തുള്ള ഏണി മുഖേനയാണ് മുകളിലേക്ക് കയറിയത് അവിടെ അക്രം തന്റെ ചുറ്റു ഭാഗവും കാണാൻ ലക്ഷ്യമിടുകയായിരുന്നു.

പത്ത് മണിക്ക് ഇനിയും അഞ്ച് നിമിഷം ഉണ്ടായിരിക്കെ തന്നെ അക്രം മുകളിൽ മാനേജിങ്ങ് ഡയറക്ടറും സി ഇ ഒ യുമായ ദാവിഡിന്റെ കാബിനിലെത്തുകയും കയറാൻ സമ്മതം ചോദിക്കുകയും പ്രവേശനാനുമതി നൽകി താൻ എന്ത് കൊണ്ട് ലിഫ്റ്റിനു പകരം ഏണി തിരഞ്ഞെടുത്തു എന്ന് ചോതിച്ചു, അക്രം ഒരു ചെറു പുഞ്ചിരിയോടെ ഇരിക്കാനാവശ്യപ്പെടുന്നതിന്നും സ്വീകരിക്കുന്നതിന്നും മുന്നെ ചോദിച്ച ചോദ്യത്തിൻ നിന്നു കൊണ്ട് തന്നു മറുവടി പറഞ്ഞു, നമുക്ക് നമ്മെയും നമ്മുടെ നിലയും വിലയും, നാം ചെയ്യേണ്ടതായിട്ടുള്ളതും, നമുക്കെന്തൊക്കെ ചെയ്യാൻ സാധിക്കുമെന്നുള്ളതും മനസ്സിലാക്കാൻ നാം നമ്മുടെ ചുറ്റു ഭാഗം വീക്ഷിക്കേണ്ടതുണ്ട് അല്ലാത്ത പക്ഷം എനിക്ക് ലഭിച്ചതും ലഭിക്കുന്നതും ചെയ്യാൻ പറയപ്പെട്ടതും മാത്രമേ മനസ്സിലാക്കാൻ സാധിക്കുകയുള്ളൂ നമുക്കേതൊരു കാര്യത്തെയും പൂർണ്ണാർത്തത്തിൽ മനസ്സിലാക്കാൻ സാധിക്കണമെങ്കിൽ അതിന്റെ പൂർണ്ണതയെ ഉൾക്കൊള്ളൽ അനിവാര്യമാണ്, ദാവിഡ് ആശ്ചര്യത്തോടെ ചോദിച്ചു

ഇതിലേക്ക് നിന്നെ നയിച്ച വസ്ഥുത എന്താണ്, അക്രം ഒരു നിമിഷം ചിന്തിച്ച് മനസ്സില്ലാ മനസ്സോടെ പറഞ്ഞു “my dad used to say this” എന്റെ അച്ചരൻ ഇത് ഇടക്കൊക്കെ പറയാറുണ്ടായിരുന്നു, ഡാവിഡ് കൈ കൊടുത്തു കൊണ്ട് പറഞ്ഞു നിങ്ങളുടെ അച്ചരൻ നിങ്ങൾക്ക് ലഭിച്ച ഭാഗ്യമാണ്, അക്രം എല്ലാം ഒരു പുഞ്ചിരിയിലൊതുക്കി കൊ ഡയറക്ടർ ഇരിപ്പിടത്തിലേക്കായി നീങ്ങി.

7

പ്രണയം

ഇന്നു ജർമനിയിൽ അക്രം ആദ്യ വർഷം പൂർത്തീകരിക്കുകയാണ്, അക്രം നന്നായി ജർമൻ ഭാഷ കൈകാര്യം ചെയ്യാൻ പടിച്ചു, അക്രമിന്റെ മാസ വരുമാനം വന്നതിനേക്കാൾ രണ്ടിരട്ടിയാണ് ഇപ്പോൾ, വലിയ പിശുക്കനൊന്നുമല്ലെങ്കിലും പണം വെറുതെ ചിലവഴിക്കുന്ന സ്വഭാവം അക്രമിനില്ലാത്തതു കൊണ്ടു തന്നെ, ധാരാളം സ്ത്രീകൾ ആഗ്രഷ്ടരായെങ്കിലും അക്രം ആർക്കും ഇതുവരെ വഴങ്ങിയില്ല, മുന്നേ കേട്ടു വരുന്ന കാവ്യം പോലെ പണമുള്ളവന്റെ കൂടെ പിടക്കോഴികളുടെ തേരോട്ടമായിരിക്കും, അക്രമിന്ന് വാഹനങ്ങളോടുള്ള പ്രിയം കാരണം, വണ്ടി ഭ്രാന്തൻ എന്ന ഇൻസ്റ്റഗ്രാം ചാനലും, ഒരേ വട്ടുള്ള ധാരാളം സുഹൃത്തുക്കളും ജർമനിയിലെ ഡ്രൈവേർസ് ക്ലബ്ബിൽ അങ്കത്വമൊക്കെ അക്രം സ്വന്തമാക്കിയിരുന്നു,

ഒരു ദിവസം അതിരാവിലെ ഓഫീസിലെത്തി ജോലിയാരമ്പിച്ചു, പക്ഷെ തന്റെ മനസ്സിലൊരു ഒറ്റപ്പെട്ടു എന്ന ഒരു ചിന്ത ഉത്ഭവിച്ചു, അക്രം അസ്വസ്ഥത പ്രകടിപ്പിക്കാതെ ദൈനംദിന കർതവ്യങ്ങളിൽ മുഴുകി, ഇന്നേക്ക് രണ്ട് ദിവസമായി അക്രമിന്ന് വല്ലായ്മ പിടിപെട്ടിട്ട്, ആയിടെ ഒരു

ലഞ്ച് ബ്രേക്കിൽ തന്റെ മൊബൈലിൽ ഒരു മിസിഡ് കോൾ, അക്രം ഗൌരവത്തിലെടുത്തില്ല വല്ല പൈസയും ചോദിച്ചായിരിക്കും എന്ന് കരുതി ഒഴിവാക്കി, വൈകുന്നേരം ഇറങ്ങാൻ നേരം മൊബൈൽ നോക്കിയപ്പോഴും ഒരു മിസ്ഡ് കോൾ, അക്രം തിരിച്ചു വിളിച്ചു ചോദിച്ചു ഇതാരാ, അവർ താങ്കളാരാണെന്നായിരുന്നു തിരിച്ചു ചോദിച്ചത്, അക്രം മിസ്ഡ് കോൾ കണ്ട് ഡയൽ ചെയ്തതാണ് എന്ന് ധരിപ്പിച്ചതും, വൈറ്റ് ചെയ്യാനാവശ്യപ്പെട്ട് ഫോൺ കൈമാറി ഫോണെടുത്തതും

ഒരു കിളി നാധം തലോടൽ പോലെ അക്രം കേട്ടു ഹലോ, കുറച്ച് നേരം നിശബ്ദനായ് അക്രം തുടർന്നു ഇതാരാ, ആരാണെന്നറിഞ്ഞാൽ മാത്രമേ ഹലോ പറയുകയുള്ളൂ എന്നായി മറു ചോദ്യം, അക്രം അല്ല എന്നാലും അറിഞ്ഞിരിക്കാലൊ, തനിക്ക് ഗേൾഫ്രൻസുണ്ടൊ അതല്ല കല്ല്യാണം കഴിഞ്ഞൊ, എന്നായി ചോദ്യം, അക്രം മറുപടിയായി, ഇതുവരെയില്ല ഞാൻ ഇപ്പൊ കഴിക്കണൊ എന്ന് ഒരു ചിരിയോടെ പറഞ്ഞു തുടങ്ങി,

എന്റെ പേര് ആയിശാ ഹാത്തൂൻ ഞാനൊരു വിമാന ജീവനക്കാരിയാണ്, നാട് തുർക്കിയ നിങ്ങൾ ഇന്നേക്ക് ഒരു വർഷം മുമ്പ് എനിക്ക് നിങ്ങളുടെ നമ്പർ എഴുതിയ എഴുത്ത് തന്നിരുന്നു എന്ന് പറഞ്ഞതോടെ അക്രമിന്ന് കിളിനാദത്തിന്റെ ഉടമയെ വ്യക്തമായി, അള്ളൊ ഞാൻ കരുതി ആ കടലാസ് ചവറ്റു കൊട്ടയിലെത്തിയെന്ന് അക്രം ദൈവത്തിനെ സ്ഥുതിച്ചു, ആയിശ ചോദിച്ചു നീ ജർമനിയിലെവിടെയാ കാണാൻ സാധിക്കുമൊ, അക്രം കേൾക്കേണ്ട താമസം ആയിശയോട് ലൊക്കേഷൻ വാട്സാപ്പ് ചെയ്യാനാവശ്യപ്പെട്ട് , താൻ ദൈനംദിനം പോവാറുള്ള ക്ലബ്ബിൽ അന്ന് അവതി വാട്സാപ്പിലൂടെയറിയിച്ച് വണ്ടിയുമായി നേരെ അവളിലേക്ക് കുതിച്ചു,

ഇരുവരും കണ്ടതും നാണമായ് പറഞ്ഞു അസ്സലാമു അലൈക്കും, സലാം മടക്കി അവൾ ചോദിച്ചു പുറത്തു പോയാലൊ ഇവിടെ എല്ലാവരുമുണ്ട്, ഓ ആവാം എന്നു പറഞ്ഞു ഇരുവരും ഒരു കോഫി കുടിക്കാനായി പുറത്തിറങ്ങി വണ്ടിയുമായ് സഞ്ചരിച്ചു, ഒരു ചെറിയ റോഡരികിലെ കാർഡനിലിറങ്ങി രണ്ട് കോഫിയുമായി കാർഡനിലിരുന്നു സംസാരമാരംഭിച്ചു

ആയിശ- താൻ ഒറ്റയ്ക്കാണൊ

അക്രം - സോറി മനസ്സിലായില്ല

ആയിശ - തനിക്ക് അമ്മ അച്ഛൻ അനുജൻ അനുജത്തി വല്ലവരുമുണ്ടൊ

അക്രം - പേരിനൊരു ഉമ്മയും ഉപ്പയുമുണ്ട്

ആയ്ശ - പേരിനൊ

അക്രം - അതെ

ആയിശ - താനെന്തൊക്കെയീ പറയുന്നത് ഉമ്മയും ഉപ്പയും പേരിനൊ

അക്രം - അതൊക്കെ വലിയ ചരിത്രമാണ് കുറേ സംസാരിക്കാനുണ്ട്

ആയിശ - എന്നാ നമുക്ക് മറ്റെന്തെങ്കിലും സംസാരിക്കാം

അക്രം - ഒരു നിമിശം, തനിക്ക് ഈ പറഞ്ഞവരൊക്കെയുണ്ടൊ

ആയിശ - ഇല്ല ഞാൻ ആനാതയാണ് , ഒരു ഇസ്ലാമിക ഓർഫനേജിലാണ് വളർന്നത് തുർക്കിയിൽ റൂമിയുടെ നാമധേയത്തിലുള്ള, റൂമിയെ അറിയുമൊ

അക്രം - ആ ഉപ്പ പറയുന്നത് കേട്ടിരുന്നു,

ആയിശാ തുടർന്നു..........

ആയിശ - മഹാ കവിയും സൂഫീ വര്യനുമാണ് അദ്ധേഹമൊരിക്കൽ മാതാപിതാക്കളെ കുറിച്ചു പറയുകയുണ്ടായി, - നിങ്ങളുടെ മാതാപിതാക്കളെ

സ്നേഹിക്കുകയും അവരോട് സ്നേഹപൂർവമായ കരുതലോടെ പെരുറുകയും ചെയ്യുക. കാരണം, അവരുടെ ഒഴിഞ്ഞ കസേര കാണുമ്പോൾ മാത്രമേ നിങ്ങൾക്ക് അവരുടെ മൂല്ല്യം അറിയൂ-

അക്രം - ഞാൻ ജനിച്ചപ്പോൾ മുതൽ കേൾക്കാൻ തുടങ്ങിയതാണീ ഉപദേശം എന്നെ വിട്ടേക്കൂ

ആയിശ - ഒരു ചിരി വിടർത്തി

അക്രം ഒരു നാണത്തോടെ ചോദിച്ചു will you marry me

ആയിശ - മ്മ്മ്മ് I hope that I could

അക്രമിന്ന് ഒറ്റപ്പെടൽ മനസ്സിനെ തളർത്താൻ തുടങ്ങി രണ്ട് ദിവസം മാത്രമേ ആയിട്ടുള്ളുവെങ്കിലും, കുറേ കാലങ്ങളായ് അക്രം താനീ ദുനിയാവിൽ ഒറ്റയാനാണ് എന്നുള്ള ചിന്ത ആരംഭിച്ചിട്ട്.

അക്രമിന്ന് സന്തോഷം സഹിക്കവയ്യാതെ എഴുന്നേറ്റ് നിന്ന് ശബ്ദത്തിൽ അലറിയതും അടുത്തുണ്ടായിരുന്ന പോലീസുദ്യോഗസ്ഥൻ സ്ഥലത്തെത്തി കാര്യം തിരക്കി, അത് തന്റെ പ്രപോസൽ സ്വീകരിച്ചപ്പോൾ സംഭവിച്ചതാണെന്ന് പറഞ്ഞ് ക്ഷമാപണം നടത്തിയതും ചുറ്റു ഭാഗത്തുണ്ടായിരുന്നവർ കൈയടിച്ചു കൂടെ പോലീസും. അങ്ങനെ വളരെ സന്തോഷത്തിലിരുവരും ഗാർഡനിലൂടെ നടന്നു,

ഗാർഡനിന്റെ മറുവശത്തുള്ള പള്ളിയിൽ ചെന്നിരുവരും മഗ്രിബ് നിസ്കാരം നിർവഹിക്കുകയും നാഥനിൽ നന്ദി പറയുകയും ചെയ്ത് വണ്ടിയുമായ് അടുത്തുള്ള മക്ഡോണൾട്സിലേക്ക് പോയി ഭക്ഷണം കഴിച്ച് ആയിശയെ ഫ്ലാറ്റിൽ ഡ്രോപ്പ ചെയ്തു നീങ്ങാനൊരുങ്ങിയ അക്രമിനോടായ് ആയിശ പറഞ്ഞു- ഞാൻ പറഞ്ഞ റൂമിയുടെ കാവ്യം മറക്കേണ്ട, ഒരു ചിരിയോടെ അക്രം യാത്ര തുടർന്നു.

പക്ഷെ അക്രമിന്റെ യാത്രയിലുടനീളം മനസ്സിൽ ഇതു തന്നെയായിരുന്നു, തന്റെ ജീവിതത്തിലെ ഓരോ വിജയവും ഉമ്മയുടെയും ഉപ്പയുടെയും ധാനമാണെന്ന ബോദ്യപ്പെടൽ, തനിക്ക് ഓരോ സ്ഥാനക്കയറ്റം ലഭിക്കുമ്പോഴും അതിനെല്ലാം അവർ കാരണം പറഞ്ഞിരുന്നത് എന്റെ ജീവിത രീതിയാണ്, എന്നാൽ അതിനെ മോഡിഫൈ ചെയ്യുക മാത്രമാണ് താൻ ചെയ്തത് അത്തരത്തിൽ അതിനെ ഘടിപ്പിച്ചത് എന്റെ ഉപ്പയാണ്, എല്ലാവർക്കും എന്നെ ബഹുമാനം എന്റെ സ്വഭാവ ശുദ്ധിയാണ് അതിലേക്ക് എന്നെ നയിച്ചത് എന്റെ ഉമ്മയാണ്, യതാർത്ഥത്തിൽ തന്നെ തനിക്ക് തന്നെ ബഹുമാനം വരും രീതിയിൽ വളർത്തിയെടുത്തത് തന്റെ മാതാപിതാക്കളാണ്, പൂർണ്ണാർത്ഥത്തിൽ തന്നിലൂടെ അവരാണ് ഇവിടെ വിജയിച്ചത്, തന്റെ പരാജയം അവരെ അകറ്റിയതാണെന്നതിൽ തളർച്ച അക്രമിനെ പിടിപെടുകയും സങ്കടത്താൽ കരയാനും ആരംഭിച്ചു.

8

തിരിച്ചറിവ്

അക്രമിന്ന് കുറ്റബോധം കണ്ണിൽ ഇരുണ്ട് കയറാൻ തുടങ്ങി അക്രം വണ്ടിയൊതുക്കി, കുറേ നേരം തേങ്ങി പതിയെ ആയിശയെ ഡയൽ ചെയ്തു, ഈ സമയം തന്റെ സഹപാടികളോട് താൻ അക്രമിന്റെ പ്രപോസ് സ്വീകരിച്ച കഥ പറയുകയായിരുന്നു, പെട്ടെന്ന് അക്രമിന്റെ കോൾ, ആയിശ ഫോണെടുത്തു -ഹലോ - ഒരു തേങ്ങൽ ആയിശ പതിയെ കൂട്ടുകാരുടെ ഇടയിൽ നിന്ന് മാറി നിന്ന് ചോദിച്ചു എന്താണ് അക്രം

അക്രം- ആയിശാ ഞാൻ തെറ്റു കാരനാണ്, ഞാൻ ഇത്രകാലവും എന്റെ ഉമ്മയെയും ഉപ്പയെയും എന്റെ മനസ്സിൽ ഭവിച്ച ഒരു തെറ്റിദ്ധാരണം മുലമാണ്, ആയിശ അക്രമിനോട് താൻ റൂമിലെത്തിയോ എന്ന് ചോദിച്ച അക്രം താൻ അയിശയിൽ നിന്ന് 5 കി മി വിദൂരമല്ലാത്ത ഇടത്താണുള്ളത് എന്ന മനസ്സിലാക്കുകയും അക്രമിനോട് തന്നിലേക്ക് വരാനായ് ആവശ്യ പ്പെടുകയും ചെയ്തു, അക്രം വണ്ടി പെട്ടെന്നു തന്നെ തിരിച്ച് ആയിശയിലേക്ക് കുതിച്ചു, ആയിശയെ കണ്ടതും ഓടിച്ചെന്ന് ആയിശയെ വാരിപ്പുണർന്ന് പൊട്ടികരഞ്ഞു, ആയിശ അക്രമിനെ സ്വാന്ത്വനപ്പെടുത്തി വാഹനത്തിലേക്ക് കയറ്റി, ആയിശ വണ്ടി തന്റെ ഫ്ലാറ്റിന്റെ

കീഴിൽ നിന്ന് കുറച്ചു ദൂരം ഒതുക്കി, ഇരു കൈകളിലും തണുപ്പ് കാരണം ധരിച്ച ഉറകൾ നീക്കം ചെയ്തു അക്രമിന്റെ മുഖം തന്റെ മുഖത്തിന്ന് നേരെ പിടിച്ചു ചോദിച്ചു, നിനക്കു നിന്റെ തെറ്റ് മനസ്സിലായില്ലേ, നിന്റെ നാഥനും മാതാപിതാക്കളും ഏറെ പൊറുക്കുന്നവരാണ് നിന്റെ ഒരു കോൾ മാത്രം മതിയാവും നിന്റെ മാതാപിതാക്കൾക്ക് നിനക്ക് പൊറുത്തു തരാൻ , ആയിശ അക്രമിന്റെ മൊബൈലെടുത്തു ചോദിച്ചു നിന്റെ ഉപ്പയുടെ പേരെന്താ ആക്രം പറഞ്ഞു ഞാനെടുത്തു തരാം, അക്രം ആ മൊബൈൽ ഓൺ ചെയ്ത് ആദ്യം തന്റെ ഉപ്പയുടെ നമ്പറിൽ എഴുതിയ മാരണം എന്ന പേര് തിരുത്തി എഴുതി ഗോഡ് ഫാതർ, അക്രം ആയിശയുടെ മുഖം നോക്കി ചോദിച്ചു വിളിക്കെണൊ ആയിശാ ഫോൺ വാങ്ങി ഡയൽ ചെയ്തു കുറച്ചു നേരം റിങ്ങ് ചെയ്ത് ആദ്യ കോൾ കട്ടായി, രണ്ടാമതും റിങ്ങ് ചെയ്തു ഫോണെടുത്തു ആയിശ ലൌഡ് സ്പീകറാക്കി ഹലോ, അക്രം ആ ശബ്ദം കേട്ടതും ഉമ്മ എന്ന് വിളിച്ചു പൊട്ടി കരഞ്ഞു, ഇതു കേട്ട ഉമ്മയും കരഞ്ഞു, കുറച്ചു നേരത്തെ കരച്ചിലിനൊടുവിൽ ഉമ്മ തുടർന്നു ഉപ്പയ്ക്കൊന്നുമില്ല ചെറിയ തല ചുറ്റൽ മാത്രമാണ്, അക്രം അന്താളിച്ചു ഉപ്പയ്ക്കെന്താ പറ്റിയെ, ഞാനൊന്നുമറിഞ്ഞില്ല, അക്രം ഉപ്പയ്ക്ക് സംസാരിക്കാൻ സാധിക്കുമെന്ന ചോദിച്ച ഉടനെ, സംസാരിക്കുന്നതിനായ് ആവശ്യമുന്നയിച്ചു

ഉമ്മ ഹഫ്സ- അതെ ഞാൻ കൊടുക്കാം

അക്രം ഉപ്പയുടെ ഹലോ എന്നുള്ള ശബ്ദം കേട്ടതും കരഞ്ഞ് കൊണ്ട് ഉപ്പ ഈ പാപിയോട് മാപ്പ് ചെയ്യൂ എന്നപേക്ഷിച്ചു

ഉപ്പ തുടർന്നു നീ എന്റെ മോനല്ലേ ഞാൻ നിനക്കല്ലാതെ ആർക്കാ മാപ്പ് ചെയ്യുക അക്രം കൂടുതലൊന്നും സംസാരിക്കാൻ നിൽക്കാതെ ഉമ്മയോടും ഉപ്പയോടും ഞാൻ വിളിക്കാമെന്നു മാത്രം പറഞ്ഞു കോൾ കട്ട് ചെയ്തു ഉടൻ

തന്നെ ആയിശയെ വാരിപ്പുണർന്ന് കുറേ കരഞ്ഞു,

ആയിശ അക്രമിന്റെ വീടിനടുത്തുള്ള ഏതെങ്കിലുമൊരു സുഹൃത്തിനെ വിളിക്കാനാവശ്യപ്പെട്ടു, അക്രം ഉസ്മാനെ ഡയൽ ചെയ്തു, ആയിശ അക്രമിനോടായ് തന്റെ മാതാപിതാക്കളെ ജർമനിയിലേക്ക് കൊണ്ട് വരാനായ് ആവശ്യപ്പെടുകയും കാർ തിരിച്ചു ഫ്ലാറ്റിന്റെ അടുത്തു ചെന്നു വെച്ചു അക്രമും ആയിശയുമിറങ്ങി ഒരു വട്ടം കൂടെ വാരിപ്പുണർന്നു നാളെ വൈകുന്നേരം തനിക്ക് അക്രമിന്റെ മാതാപിതാക്കളുടെ ഇങ്ങോട്ടുള്ള യാത്രയുടെ പൂർണ്ണ വിവരം ലഭിക്കണം എന്നും പറഞ്ഞ് ആയിശ തന്റെ ഫ്ലാറ്റിലേക്കായ് നീങ്ങി,

അക്രം ഉസ്മാനെ വിളിച്ചു ഉസ്മാനെടുത്തതും ആരാ

അക്രം - അക്രമാക്കയാണ് ഉസ്മാൻ

ഉസ്മാൻ - നീ മരിച്ചില്ലെ, പോയി മരിച്ചൂടെ

അക്രം - ഉസ്മാനെ നീ ഷമി, എന്താ ഉപ്പയ്ക്ക്

ഉസ്മാൻ - ഇതു രണ്ടാമത്തെ പ്രാവശ്യമാണ് സ്ട്രോക്ക്, പൈപ്പിടാൻ പറഞ്ഞിട്ടുണ്ട് രണ്ടാമതൊരു ഓപറേഷൻ വേണ്ടി വരും അതിനി ഒരാഴ്ച്ച കഴിഞ്ഞാണ്, പിന്നെ നിന്റെ വീടും പറമ്പുമൊക്കെ വിറ്റു ഇപ്പൊ പള്ളി കോട്ടേഴ്സിലാണ് താമസം

അക്രം - എന്ത് അതെന്തിനാ

ഉസ്മാൻ - നിന്നെ പോലോത്ത മക്കളുണ്ടായാൽ അതാ അവസ്ഥ ഇങ്ങനെയൊക്കെയാ നാട്ടിൽ

ഒരു കാലം നാട്ടുകാർ നല്ലത് പറഞ്ഞു പിന്നെ അതേ നാവു കൊണ്ടു മോശവും, നാട്ടുകാർ എന്നു പറയുന്ന ജനങ്ങളെ തൃപ്തിപ്പെടുത്താനുപ്പ അടിച്ചപ്പോൾ അത് മകനിൽ ഉപ്പയോട് ശത്രുതയേയാണ് വളർത്തിയത്,

ഏതൊരു ബന്ധത്തിന്റെയും അടിത്തറ സ്നേഹമാണ് അത് പ്രകടിപ്പിക്കാനുള്ളതാണ്,

അഭിപ്രായം പറയുന്നവർ പറഞ്ഞുകൊണ്ടേയിരിക്കും, പ്രവർത്തിക്കുന്നവർ പ്രവർത്തിച്ചു കൊണ്ടും.

മുല്ല നസ്രുദ്ധീൻ പറഞ്ഞ കഴുതയുടെ ചരിതം പോലെ

ഒരിക്കൽ നസ്‌റുദ്ദീനും മകനും തങ്ങളുടെ കഴുതയുമായി അങ്ങാടിയിലേക്ക് പുറപ്പെട്ടു. വഴിയിൽ അവർ ഒരു കൂട്ടം ആളുകളിലൂടെ കടന്നുപോയി. അവരിൽ ചിലർ പറയുന്നത് നസറുദ്ദീൻ കേട്ടു, "ഒരാൾക്ക് തന്റെ മകന് എളുപ്പത്തിൽ സവാരി ചെയ്യാൻ കഴിയുന്ന ഒരു കഴുതയുണ്ട്, എന്നിട്ടും അവൻ തന്റെ മകനെ ചന്തയിലേക്ക് നടത്തുന്നു.." ഇത് കേട്ട നസറുദ്ദീൻ മകനെ എടുത്ത് ഒരു കഴുതയുടെ പുറകിൽ കയറ്റി. ഇതിനുശേഷം, ചായ കുടിക്കുന്ന കടയായി പുറത്ത് ഇരുന്ന ഒരു കൂട്ടം ആളുകളെ കടന്നുപോകുന്നതുവരെ അവർ കുറച്ച് നേരം നടത്തം തുടർന്നു. അവരിൽ ഒരാൾ അഭിപ്രായപ്പെട്ടു, "എന്തൊക്കെ സമയങ്ങൾ വന്നിരിക്കുന്നു..!! പ്രായമായ അച്ചൻ നടക്കുകയും ചെറുപ്പക്കാരൻ കഴുതപ്പുറത്ത് സഞ്ചരിക്കുകയും ചെയ്യുന്നു, അവൻ മുതിർന്നവരെ ബഹുമാനിക്കുന്നില്ലേ?"

ഇത് കേട്ട് നസറുദ്ദീൻ തന്റെ മകനെ കഴുതയുടെ മുതുകിൽ നിന്ന് അഴിച്ചുമാറ്റി അവൻ തന്നെ കഴുതയുടെ മുതുകിൽ കയറി. അതിനു ശേഷം കുറച്ചു നേരം അവർ യാത്ര തുടർന്നു, "ഇയാളുടെ കൊച്ചുകുട്ടിയെ കാലിൽ നടത്തുകയും, അവൻ തന്നെ കഴുതപ്പുറത്ത് കയറുന്നു, എത്ര നാണംകെട്ടവൻ.." എന്ന് ആരോ പറയുന്നത് നസ്‌റുദ്ദീൻ കേൾക്കുന്നത് വരെ.

നസ്‌റുദ്ദീൻ ഉടൻ തന്നെ തന്റെ കുട്ടിയെ എടുത്ത് കിടത്തി. തന്റെ മുന്നിൽ കഴുതയുടെ പുറത്തായ് കയറി യാത്ര തുടർന്നു. "എത്ര ക്രൂരമായാണ് ഈ അച്ചനും മകനും ഈ കഴുതയെ ഓവർലോഡ് ചെയ്യുന്നത്. പാവപ്പെട്ട മൃഗത്തോട് അവർക്ക് ഒരു ദയയും ഇല്ല" എന്ന് ചിലർ പറയുന്നത് നസ്‌റുദ്ദീൻ കേട്ടപ്പോൾ. എല്ലാ കമന്റുകളും കണ്ട് നിരാശനായ

നസറുദ്ദീനും മകനും കഴുതയിൽ നിന്ന് ഇറങ്ങി, കഴുതയെ അതിന്റെ പുറകിൽ കയറ്റാൻ തീരുമാനിച്ചു. ഏറെ പ്രയത്നത്തിനൊടുവിൽ നസറുദ്ദീൻ കഴുതയെ പുറകിൽ കയറ്റി യാത്ര തുടർന്നു, നസ്റുദ്ദീൻ കഴുതയെ പുറകിൽ കയറ്റുന്നത് കണ്ട് എല്ലാവരും ചിരിച്ചു. നസ്റുദ്ദീൻ കഴുതയെ ഇറക്കി ചന്തസ്ഥലത്തേക്ക് നടന്നു. എല്ലാ മനുഷ്യരെയും തൃപ്തിപ്പെടുത്തുക എന്നുള്ളത് സാധ്യമല്ല, ശരിയെന്ന് നിങ്ങൾക്കറിയാവുന്നത് ചെയ്യുകയും ദൈവത്തെ തൃപ്തിപ്പെടുത്തുകയും ചെയ്യുന്നതാണ് നല്ലത്.

9
മാപ്പ്

അക്രം ഒരു നിമിശം എന്ന് മാത്രം പറഞ്ഞ് വണ്ടി ഒതുക്കി ബ്ലൂട്ടൂത്ത് കണക്ഷൻ ഇയർഫോണിൽ നിന്ന് കാറിലേക്ക് മാറ്റി ഒന്ന് നെടുവീർപ്പിട്ട് എവിടെ നിന്ന് തുടങ്ങും എന്നു പിറു പിറുത്ത് കൊണ്ടിരുന്നു, പിന്നെ തുടർന്നു,

അക്രം - നാട്ടുകാരെ വിടൂ നീ എനിക്കൊരുപകാരം ചെയ്യണം, നീ നാളെ മുമ്പൈയിലെ ജർമൻ എമ്പസയിൽ പോവേണം ഞാൻ പറഞ്ഞിട്ടാണെന്നാരോടും പറയേണ്ട, നിന്റെ ഏതെങ്കിലുമൊരു സുഹൃത്തിനെയും കൂടെ കൂട്ടിക്കോളൂ, ഫ്ലൈറ്റിൽ പോയാൽ മതി രണ്ടു വസ്ത്രങ്ങളും കൈയിൽ കരുതിക്കോളൂ, നീ നിന്റെ അക്കൌണ്ട് നമ്പർ അയച്ചു തന്നാൽ മതിയാവും പണം ഞാനതിലേക്ക് ട്രാൻസ്ഫർ ചെയ്യാം.

ഉസ്മാൻ - അക്രമാക്ക ഇങ്ങളെന്താ എല്ലാം തുറന്നടിച്ച് പറയുന്നത്

അക്രം - മോനെ ഉസ്മാനെ നിനക്കും വേണം ഒരു വിസ അവരെ ഇവിടെ എത്തിക്കേണ്ടതല്ലേ

ഉസ്മാൻ - കൈയിൽ കുറേ ഉണ്ടെന്ന് തോന്നുന്നു, ആദ്യം ആ വീട് ലേലം വിളിക്കുന്നതിൽ നിന്ന് തടയാൻ നോക്കൂ

അക്രം - അത്, നീ ബാങ്ക് മാനേജരുടെ നമ്പർ തന്നാൽ മതിയാവും, പിന്നെ ഉപ്പയുള്ള ഹോസ്പിറ്റലിലെ ഡോക്ടറുടെ നമ്പറും, അയക്കു, നീ പിന്നെ എന്റെ ഉമ്മയുടെയും ഉപ്പയുടെയും എല്ലാ ഐഡികളും പെട്ടെന്ന് തന്നെ സ്കാൻ ചെയ്ത അയക്കൂ, അവിടെ ഏഴരയല്ലെ ആവുന്നുള്ളൂ കടകളൊന്നും അടച്ചിട്ടുണ്ടാവില്ല നീ എല്ലാം പെട്ടെന്ന് ചെയ്യൂ, ഞാൻ എല്ലാം ഓരോന്നായി വാട്സാപ്പ് ചെയ്യാം,

ഉസ്മാൻ ഓക്കെ മാത്രം മൂളി ഹോസ്പിറ്റലിലേക്ക് പോയി എല്ലാ കടലാസുമെടുത്തു ഇന്റർനറ്റ് കഫയിലേക്ക് പുറപ്പെട്ടു, ക്ഷുഭിതനായെങ്കിലും തനിക്കും ജർമനി കാണാമെന്നുള്ളതു കൊണ്ടു അതിനോട് പൊരുത്തപ്പെട്ടു, ഇതിനിടയിൽ ഉസ്മാൻ എല്ലാവരുടെയും നമ്പർ അയച്ചു കൊടുത്തു കഴിഞ്ഞിരുന്നു, ബാങ്ക് മാനേജരെ വിളിച്ചപ്പോൾ വെറും പത്ത് ലക്ഷം രൂപയ്ക്കായിരുന്നു ഉപ്പ അതൊക്കെ പണയം വെച്ചിട്ടുണ്ടായിരുന്നത് എന്നും, പലിഷയും ചേർത്ത് പതിനേഴ് ലക്ഷമായെന്നും അറിഞ്ഞ് അക്രമിന്ന് തന്നോട് തന്നെ ലജ്ജ തോന്നി, അക്രമിന്റെ ഒരു മാസത്തെ ശമ്പളം ഇതിനെത്രയോ ഇരട്ടിയാണ്, അക്രം നാളെ രാവിലെ തന്നെ ചക്ക് ഞാൻ എഫ് എഫ് ഒ വഴി ഫാക്സ് ചെയ്യാമെന്നും താൻ സമീർ ഹാജിയുടെ മകനാണ് എന്നും താനിതൊന്നും ശ്രദ്ധിക്കാത്തതു കൊണ്ടാണ് ബാങ്കിന് ബുദ്ധിമുട്ടേൽക്കേണ്ടി വന്നതെന്നും പറഞ്ഞ് ക്ഷമാപണം നടത്തി ഫോൺ കട്ട് ചെയ്തയുടൻ തന്നെ ഡോക്ടറെ ഡയൽ ചെയ്ത് ഉപ്പയുടെ സുക വിവരങ്ങൾ അന്വേശിക്കുകയും താൻ ഉപ്പയെ ജർമനിയിലേക്ക് കൂട്ടുകയാണെന്നും അതിന്നു വേണ്ട് സജ്ജീകരണങ്ങൾ ദയവുചെയ്ത് ചെയ്യണമെന്നും ഈ വാർത്ത മറ്റാരെയും അറിയിക്കേണ്ട എന്നും പറഞ്ഞ് അതി വേഗത്തിൽ റൂമിലേക്ക് കുതിച്ചു.

റൂമിലെത്തിയ ഉടൻ തന്റെ മാനേജരുടെ പേഴ്സണൽ മൈലിലേക്ക് കാരണം ബോധിപ്പിച്ച് ഒരു മൈൽ അയക്കുകയും ഒരാഴച്ച ലീവിന്ന് ആവശ്യപ്പെടുകയും ചെയ്തു, മാനേജർ ഇതുവരെ ഒരു ലീവ് പോലും എടുത്തിട്ടില്ലാത്ത അക്രമിന്ന് ലീവ് കൊടുക്കാതിരിക്കാൻ സാധിക്കുമായിരുന്നില്ല എന്നിരുന്നാലും അക്രമിന്റെ സേവനം കമ്പനിയിൽ മൂല്ല്യമേറിയതായതു കൊണ്ടു തന്നെ ഓൺലൈനായ് ഏതു സമയവും കണക്ട് ചെയ്യാൻ സാധിക്കണമെന്ന ഉപാധിയോടെ ലീവ് അനുവധിക്കുകയും തന്റെയും കമ്പനിയുടെയും ഭാഗത്ത് നിന്നുള്ള എല്ലാ സഹായ സഹകരണങ്ങളും പ്രതീക്ഷിക്കാമെന്ന് അറിയിച്ചു

പിന്നീടുള്ള ഒരാഴച്ച അക്രം തന്റെ ഉമ്മയെയും ഉപ്പയെയും ജർമനിയിലെത്തിക്കാനുള്ള ഓട്ടത്തിലായിരുന്നു, എല്ലാത്തിനെയും സാക്ഷ്യം വഹിക്കാൻ അക്രമിന്ന് ഊർജ്ജം പകരാൻ ആയിശയും മൂന്ന് മാസ കാലത്തേക്ക് ലീവെടുത്തു, കമ്പനി അക്രമിനായ് ഒരു പെന്റഹൌസ് വില്ല നൽകി ആദരിക്കുകയും അക്രമിന്റെ മാതാപിതാക്കളെ വരവേൽക്കാനുള്ള തയ്യാറെടുപ്പിൽ പങ്കാളികളാവുകയും ചെയ്തു.

അഞ്ചാം ദിവസം അനാട്ടോമി യൂനിവേഴ്സിറ്റി ഹോസ്പിറ്റലിന്റെ ആമ്പുലനസുമായ് അക്രമും അക്രമിന്റെ വണ്ടിയിൽ ആയിശയും വിമാനത്താവളത്തിന്ന് പുറത്തെത്തി രോഗിയായതു കൊണ്ടു തന്നെ അക്രം മറ്റാരെയും കൂടെ കൂട്ടാതിരിക്കാൻ ശ്രദ്ധിച്ചു, ഉമ്മയെയും ഉപ്പയെയും കണ്ടയുടനെ അക്രം ഓടിചെന്ന് സ്ട്രച്ചിൽ കിടക്കുന്ന ഉപ്പയുടെ കാൽ പിടിച്ച് എനിക്ക് പൊറുത്തു തരൂ എന്ന് പറഞ്ഞത് ഉപ്പ എഴുന്നേൽക്കാൻ ശ്രമിക്കുന്നത് കണ്ട ഉമ്മ അക്രമിനെ വലിച്ച് ഉപ്പയുടെ മുഖത്തിന്നടുത്തേക്ക് ചേർത്തു ഉപ്പ മുഖം തലോടി ചോദിച്ചു നിനക്ക് സുഖമല്ലെ അക്രം

ഉപ്പയെ ചുമ്പിച്ചു ധൈര്യം വീണ്ടെടുത്ത് ആമ്പുലൻസിലേക്ക് പെട്ടെന്ന് കയറ്റാനായി ആമ്പുലൻസ് ഉദ്യോഗസ്ഥരോടായ് ആവശ്യപ്പെട്ടു ഉമ്മയെ കെട്ടിപിടിച്ചു ഉമ്മ പൊട്ടി കരയുന്നുണ്ടായിരുന്നു,

അക്രം ഉമ്മയെയും കൂട്ടി ആമ്പുലൻസിനടുത്തെത്തി ഉമ്മയോടായി അത് ആയിശ തുർക്കി കാരിയും ഉമ്മയുടെ മരുമകളുമാണ് അനാതയാണ് ഉമ്മയെ പൊന്നു പോലെ നോക്കും എന്നും പറഞ്ഞു ഉമ്മ ചെറിയ ഒരു ചിരി വിടർത്തി മോൻ ഉപ്പയുടെ കാര്യങ്ങളൊക്കെ നല്ല രീതിയിൽ നോക്കണമെന്നാവശ്യപ്പെട്ട് പതിയെ ആയ്ശയിലേക്കായ് നീങ്ങി, അക്രം അതി വേഗതയിൽ ഉസ്മാനെയും സുഹൃത്ത് പ്രണവിനെയും ആലിങ്കനം ചെയ്ത് ഉമ്മയോടൊപ്പം വരാനാവശ്യപ്പെടുകയും ആമ്പുലൻസിൽ കയറി ആശുപത്രിയിലേക്കായ് യാത്ര തിരിക്കുകയും ചെയ്തു.

ആയിശ മുവരെയും കൂട്ടി പെന്ത് ഹൌസിലേക്കായിരുന്നു പോയത് എത്തിയ ഉടനെ ഉമ്മയുടെയും മറ്റു ഇരുവരുടെയും മുറികൾ പരിജയപ്പെടുത്തി നല്ല കോഫീയും പാകം ചെയ്തു വച്ച ചോറും ഇറച്ചിയും ചൂടാക്കി തീൻമേശയിൽ തയ്യാറാക്കി മൂവരെയും ക്ഷണിച്ചു, ആമിനാത്ത തിന്നുന്നതും ഉസ്മാനോടും പ്രണവിനോടും തമാശപറയുന്നതൊക്കെയും ആയിശ വളരെ കൌതുകത്തോടെ വീക്ഷിക്കുകയാണ്, ഇതു ശ്രദ്ധിച്ച ആമിനാത്ത ആയിശയോട് അടുത്ത് വരാനായി ആങ്ങ്യം കാണിച്ചു അടുത്ത് ചെന്ന ആയിശയുടെ വായയിലേക്ക് ഒരുരുള വെച്ചു നീട്ടി ആയിശ ഒരു ചെറു കുട്ടിയുടെ അനുഭൂതിയോടെയും ആകാംക്ഷയോടെയും അത് വായയിലേക്കു വെക്കാൻ സൌകര്യം ചെയ്തു തന്റെ വക ഉമ്മയിലേക്കും വെച്ച് ഉമ്മയെ വാരിപ്പുണർന്ന് ഉമ്മയുടെ കവിളത്തായി ഒരു മുത്തവും നൽകി തന്റെ മുറിയിലേക്കായ് നടന്നു, ആയിശ ഫ്രഷ് ആയി വന്ന ഉടൻ മൂവരും വീട് പൂട്ടി

ഹോസ്പിറ്റലിലേക്കായ് കുതിച്ചു.

വെന്റിലേറ്ററിന്ന് പുറത്ത് നിൽകുകയായിരുന്നു അക്രം അക്രമിനെ ഉമ്മ കെട്ടിപിടിച്ചു ചോദിച്ചു നിനക്കെന്താ പറ്റിയത് ഉമ്മയെ താങ്ങി കസേരയിലിരുത്തി അക്രം പറഞ്ഞു ഉമ്മാ കുറേ തെറ്റിദ്ധാരണകളാണ് എന്നെ നിങ്ങളിൽ നിന്നകറ്റിയത് അതെല്ലാം തിരുത്തിയത് ആയിശയും ആവളുടെ പ്രിയ റൂമിയുമാണ്,

ഉമ്മ നിങ്ങൾ എപ്പോഴാണ് കല്ല്യാണം കഴിച്ചതെന്ന് ചോദിച്ചതും, കഴിച്ചിട്ടില്ല തീരുമാനിച്ചതേയുള്ളൂ, ഉമ്മ അവളെ നോക്കി ചോദിച്ചു നിങ്ങൾ രണ്ടു പേരും ഒരു വീട്ടിലാണൊ താമസിക്കുന്നത്, അക്രം അല്ല എന്നും അവൾ ഒരു നല്ല കുട്ടിയാണെന്നും ഇനിയെന്തായാലും ഉപ്പയുടെ രോഗം മാറിയാലുടൻ കല്ല്യാണം നടത്താമെന്നും അവളുടെ വിസയാവശ്യാർത്ഥം രജിസ്ട്രേഷൻ കഴിഞ്ഞെന്നും നിക്കാഹ് നടക്കാനിരിക്കുന്നതെയുള്ളുവെന്നും ധരിപ്പിച്ചു കൂടെ അവൾ എനിക്ക് ദൈവം തന്ന നിധിയാണ് എന്ന് കൂട്ടിച്ചേർത്തതോടെ ഉമ്മ പതിയെ പറയാനുദ്ധേശിച്ച ആലോചന വിഴുങ്ങി,

ഡോക്ടർ പുറത്തെത്തി ഓപിറേഷൻ അന്നേ ദിവസം തന്നെ കുറിച്ചു ദൈവത്തിനോടായ് പ്രാർത്ഥിക്കാനാവശ്യപ്പെട്ടു പതിയെ നീങ്ങി, അക്രം ഉസ്മാനെയും പ്രണവിനെയും സ്ഥലം കാണിക്കാൻ ആയിശയോട് പറയാനൊരുങ്ങിയതും ഉമ്മ അത് പാടെ എതിർത്തു, അക്രം ഒരു ടൂറിസം സ്ന്ടറിലേക്ക് വിളിച്ച് എല്ലാം തയ്യാറാക്കി ആയ്ശയെയും ഉമ്മയെയും ഹോസ്പിറ്റലിലിരുത്തി, ഉസ്മാനെയും പ്രണവിനെയും കൂട്ടി അവരുടെ മുന്നിലുള്ള അഞ്ച് ദിനം നീണ്ടു നിൽക്കുന്ന ജർമൻ ടൂറിലേക്കയച്ചു തിരിച്ചു വന്നു. ഓപറേഷൻ കഴിഞ്ഞ് ചെന്നാക്കിയാൽ മതിയായിരുന്നു എന്ന് പറഞ്ഞ ഉമ്മയോടായ് അവര് പോയി വരട്ടെ എന്നു മാത്രം പറഞ്ഞ് മൂവരും വെന്റിലേറ്ററിന് പുറത്ത് ഉപ്പയുടെ

ആയുരാരോഗ്യത്തിനായി പ്രാർത്ഥിച്ചിരുന്നു...

10

മാംഗല്ല്യം

അക്രം ഓപ്പറേഷൻ കഴിഞ്ഞ അടുത്ത ദിവസം മുതൽ ഓഫീസിൽ പോവാനാരമ്പിച്ചു, ഒന്നര മാസം കഴിയുന്നതോടെ ഉപ്പ പൂർണ്ണ ആരോഗ്യവാനായ്തീർന്നിരുന്നു, ഇപ്പോൾ ആയിശയും ഉപ്പയും വലിയ സുഹൃത്തുക്കളാണ് ഉമ്മയ്ക്ക് മലയാളമല്ലാതെയറയില്ല എന്നുള്ളതു കൊണ്ട് തന്നെ ഉപ്പയുടെ കളിയാക്കൽ പതിവാണ്, ഉപ്പ പൂർണ്ണ ആരോഗ്യവാനായ ഉടൻ തന്നെ ഉമ്മ കാര്യം ഉപ്പയോട് അവതരിപ്പിക്കുകയും ഇരുവരുടെയും നിക്കാഹ് അവിടെ അടുത്ത് സ്ഥിതി ചെയ്തിരുന്ന പള്ളി ഇമാമിനാൽ നടത്തപ്പെടുകയും ചെയ്തു, വളരെ കെങ്കേമമായ് തന്നെ മാങ്കല്ല്യം കഴിഞ്ഞു കൂടി ഇരുവരും പത്ത് ദിവസത്തെ ഹണിമൂണിനായ് ഇന്ത്യയിലേക്കായിരുന്നു തിരിച്ചിരുന്നത്, ഉസ്മാൻ അക്രമിന്റെ ഫാക്സ് എത്തേണ്ട താമസം ബാങ്ക് മാനേജരിൽ നിന്ന് ചാവി കൈക്കലാക്കി അക്രം പറഞ്ഞതു പ്രകാരം ചാവി ആരുമറിയാതെ എടുത്ത് വച്ചിരുന്നു, എന്നാൽ ബാങ്ക് മാനേജർക്ക് ഒരു പുതിയ ഐഫോൺ സമ്മാനിച്ചതു കാരണം ബാങ്കു മാനേജർ പൂർണ്ണമായ് പണം അടച്ചത് മറച്ചു വെച്ച് അക്രമിന്റെ പക്ഷം ചേർന്ന് സമീർ ഹാജിയുടെ മകൻ കുറച്ചു പൈസ കെട്ടി സമയം വാങ്ങിയെന്നു മാത്രം പറഞ്ഞ് ഒഴിഞ്ഞു

മാറൽ പതിവാക്കിയിരുന്നു

ആയിടെയാണ് അക്രം നാട്ടിലെത്തുന്നതും വീട്ടിലെത്തുന്നതും, അടുത്ത കുടുമ്പക്കാരെയെല്ലാം കണ്ട് കൂർഗിലും ഊട്ടിയിലും മൂന്നാറിലും ബൈക്കിൽ ചെത്തി ഒരാഴ്ച്ച കേരളത്തിലും പിന്നീടുള്ള ദിനങ്ങൾ ലഡാക്കിലും തീർത്ത് അവർ ജർമനിയിലേക്ക് തിരിച്ച്ത്, ഇപ്പോൾ സമീർ ഹാജിക്കും ഹഫ്സ ഉമ്മയ്ക്കും, അക്രമിൽ പൂർണ്ണ വിശ്വാസമാണ് ധൈര്യമാണ് പേടിയോ ഭയമോ ഇല്ല, നാട്ടുകാരും കുടുമ്പക്കാരും വീണ്ടും കഥകൾ പറഞ്ഞു കൊണ്ടേയിരുന്നു, ഓരോരുത്തരുടെയു മനസ്സിലുതിക്കുന്ന ആശയം മറ്റുള്ളവരുടെ കുടുമ്പങ്ങളിൽ സാങ്കൽപികമെന്നോണം നെയ്തു വിടുന്ന തള്ളൽ കഥകളും അഭിപ്രായങ്ങളും, കേൾക്കുന്നവരൊ പറയുന്നവരൊ തന്റെ വാക്കുകളെ കുറിച്ചു വരികളെ കുറിച്ചോ ചിന്തിക്കുകയില്ല കാരണം അത് അവരെ ബാധിക്കുന്നതല്ല, എന്നാൽ നാളെ തന്നിൽ വരുന്നതിനെ കുറിച്ച് അവർ ചിന്തിക്കുകയുമില്ല, **കർമ്മ അത് തിരിച്ചു വരും.**

പ്രകത്ഭരുടെ വരികൾ

ഇവിടെയാണ് ചിന്തകരും കവികളും എഴുത്തുകാരും ഓരോ മതങ്ങളുടെയും പണ്ഡിതരുടെ വാക്കുകൾ ശ്രദ്ധേയമാവുന്നത്.

ഒരുവൻ തന്റെ മകന് വേണ്ടി ഒരു കഥയുണ്ടാക്കിയാൽ അവൻ മകനെയും പേരകുട്ടിയേയുമാണ്ത് കേൾപ്പിക്കുന്നത്- മൌലാനാ റൂമി

നിങ്ങളുടെ കുഞ്ഞുങ്ങൾ നിങ്ങളുടേതല്ല. അവർക്ക് നിങ്ങളുടെ സ്നേഹം നൽകാം നിങ്ങളുടെ ചിന്തകൾ നൽകരുത്. അവർക്ക് അവരുടോതായ ചിന്തകളുണ്ട്. അവരുടെ ശരീരങ്ങൾ സംരക്ഷിക്കാൻ നിങ്ങൾക്ക് വീടുകളുണ്ടാക്കാം. പക്ഷെ അവരുടെ ആത്മാക്കളെ അവിടെ പാർപ്പിക്കരുത്. നിങ്ങൾക്ക് സ്വപ്നത്തിൽ പോലും അപ്രാപ്യമായ ഭാവിയുടെ ഭവനങ്ങളിലാണ് അവരുടെ ആത്മാക്കൾ വസിക്കുന്നത് - ഖലീൽ ജിബ്രാൻ

നിങ്ങളുടെ കുട്ടികളെ സമ്പന്നരാക്കാൻ പഠിപ്പിക്കരുത്. സന്തോഷവാനായിരിക്കാൻ അവരെ പഠിപ്പിക്കുക കാരണം അങ്ങനെ അവർ വളരുമ്പോൾ വസ്ഥുക്കളുടെ വിലയേക്കാളേറെ മൂല്ല്യങ്ങളെ അവർ അറിയും- ഗൌതം ബുദ്ധ

വിടപറയുന്നത് കണ്ണുകൊണ്ട് സ്നേഹിക്കുന്നവർ മാത്രം. കാരണം മനസ്സും മനസ്സും കൊണ്ട് സ്നേഹിക്കുന്നവർക്ക് വേർപിരിയൽ എന്നൊന്നില്ല.- മൌലാനാ റൂമി.

നിഷേധാത്മക ചിന്തകൾ മനുശ്യരെ ദുർബലരാക്കുന്നു, നിങ്ങൾ കുട്ടികളെ നല്ല വാക്കുകൾ നൽകുകയും അവരെ പ്രോത്സാഹിപ്പിക്കുകയും ചെയ്താൽ അവർ മെച്ചപ്പെടും- സ്വാമി വിവേകാനന്ദൻ

9 798888 151143

Printed by Libri Plureos GmbH in Hamburg, Germany